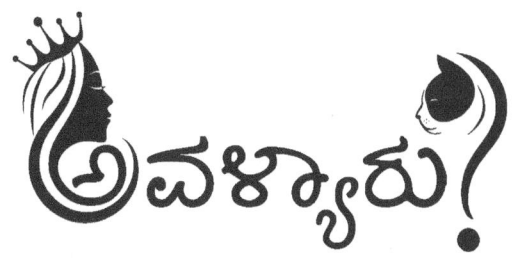

ಅವಳ್ಯಾರು?

ಶೀತಲ್

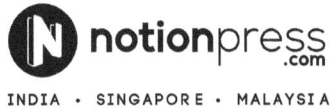

notionpress.com
INDIA • SINGAPORE • MALAYSIA

Notion Press Media Pvt Ltd

No. 50, Chettiyar Agaram Main Road,
Vanagaram, Chennai, Tamil Nadu – 600 095

First Published by Notion Press 2022
Copyright © Sheethal 2022
All Rights Reserved.

ISBN 979-8-88555-466-4

ಅರ್ಪಣೆ

ಕಾಣದೆ ಇದ್ದರೂ ನಮ್ಮೊಂದಿಗೆ ಸದಾ ಇರುವ ಸಕಾರಾತ್ಮಕ ಶಕ್ತಿಗೆ,
ಉತ್ತರವಿಲ್ಲದ ಪ್ರಶ್ನೆಗಳಿಗೂ ಉತ್ತರ ತಿಳಿದಿರುವ ಸರ್ವಶಕ್ತನಾದ ದೇವರಿಗೆ.
ಹುಟ್ಟಿದಾಗಿನಿಂದಲೂ ಆತ್ಮದ ಧ್ವನಿಯಾಗಿರುವ "ಕನ್ನಡ" ಭಾಷೆಗೆ.

ಪರಿವಿಡಿ

ಅಧ್ಯಾಯ I

ಅಂದು ಕಚೇರಿಯಿಂದ ಲೇಟಾಗಿ ಬರುವಾಗ ಅವಳಿಗೆ ಬಹಳ ದಣಿವು, ಬಸ್ಸಿನಲ್ಲಿದ್ದ ತರಾವರಿ ಚಹರೆಗಳು, ಮತ್ತವರ ನೋಟಗಳು, ಸೀಟ್ ಸಿಗದ ಕಾರಣ ಒಂದು ತಾಸು ನಿಂತಿರಲು ಪಕ್ಕದಲ್ಲಿದ್ದವನು ಬೇಕಂತಲೇ ತೀಡಿದಾಗ ಅವನನ್ನು ಗುರಾಯಿಸಿ ಬಯ್ದು ದಣಿವು, ಮರುದಿನ ಮುಗಿಸಲೇಬೇಕಾದ ಕೆಲಸದ ಒತ್ತಡ, ತಲೆಯಲ್ಲಿ ಹೇಳದೆ ಕೇಳದೆ ಬರುವ ಸಾವಿರಾರು ಯೋಚನೆಗಳು, ಲ್ಯಾಪ್ ಟಾಪ್ ಹಾಗೂ ಊಟದ ಬುತ್ತಿಯಿರುವ ಭಾರವಾದ ಬ್ಯಾಗ್ ಹೆಗಲಲ್ಲಿದ್ದರೆ, ಮನಸ್ಸಿನಲ್ಲೂ ಕೂಡ ಹೊತ್ತು ಸಾಕಾದ ಒಂದು ಮೂಟೆ ಇತ್ತು. ಬಂದವಳೇ ಬಟ್ಟೆ ಬದಲಾಯಿಸಿ, ಏನೋ ಸ್ವಲ್ಪ ತಿಂದು ಹಾಸಿಗೆ ಮೇಲೆ ಬಿದ್ದಳು.

"ಯುವರಾಣಿ, ಏಳಿ ಯುವರಾಣಿ", ಯಾರೋ ತೀಡಿದಂತಾಗಿ ಕಣ್ಣುಬಿಟ್ಟಳು.

ಸುಂದರವಾದ ಕೆತ್ತನೆಗಳಿರುವ ಸ್ವರ್ಣ ವರ್ಣದ ಎತ್ತರದ ಛಾವಣಿ, ರೇಶಿಮೆಯಂಥಾ ಮೆತ್ತೆ, ಎದುರಿಗಿರುವ ದೊಡ್ಡದಾದ ಕಿಟಕಿಯಲ್ಲಿ, ಆಗತಾನೆ ಬೆಟ್ಟಗಳ ನಡುವೆ ನುಸುಳಿ ಅಸ್ತಮಿಸುತ್ತಿರುವ ಸೂರ್ಯ, ಗೂಡಿಗೆ ಮರಳುತ್ತಿರುವ ಬೆಳ್ಳಕ್ಕಿಗಳ ಹಿಂಡು. ಬಲಗಡೆ ಸುಂದರವಾದ ಅಂಡಾಕಾರದ, ಅಂಚುಗಳಲ್ಲಿ ಸ್ವರ್ಣ ಹೂವುಗಳನ್ನು ಕೆತ್ತಿರುವ ದೊಡ್ಡ ಕನ್ನಡಿ. ಕನ್ನಡಿಯ ಎದುರಿಗೆ ಇರುವ ಸಣ್ಣ ಮೇಜಿನ ಮೇಲೆ ಜೋಡಿಸಿಟ್ಟ ಹೂವುಗಳು, ಒಂದು ಸಣ್ಣ ಬಟ್ಟಲಿನಲ್ಲಿ ಗುಲಾಬಿಯ ಎಸಳುಗಳು, ಒಡವೆಗಳಿಡುವ ಸ್ವರ್ಣ ಬಣ್ಣದ ಪೆಟ್ಟಿಗೆಗಳು...

ಕನ್ನಡಿಯಲ್ಲಿ ಕಾಣುತ್ತಿರುವ, ವಜ್ರಾಭರಣಗಳನ್ನು ಧರಿಸಿ ಕಸೂತಿ ಇರುವ ರೇಷ್ಮೆಯ ಕೆಂಪು ಲಂಗ, ನೀಲಿ ದಾವಣಿಯೊಂದಿಗೆ ಸುಂದರವಾಗಿ ಕಾಣುತ್ತಿರುವ ಬಿಂಬ ತನ್ನದೆಯೇ? ಎಂಬ ಪ್ರಶ್ನೆಯೊಂದಿಗೆ ಕರೆದವರು ಯಾರು ಎಂದು ಎಡಗಡೆ ತಿರುಗಲು ಕಂಡದ್ದು ಪುಷ್ಪಲತಾಳನ್ನು.

"ಏನಾಯಿತು ಪುಷ್ಪಾ? ಏಕೆ ನನ್ನ ನಿದಿರೆಗೆ ಭಂಗ ತಂದೆ?" ಎಂದು ಕೇಳಿದಳು.

"ಯುವರಾಣಿ ರವಿತೇಜಾ ಯುವರಾಜರು ನಿಮ್ಮನ್ನು ತಕ್ಷಣ ಕಾಣಬೇಕೆಂದು ಓಲೆ ಕಳುಹಿಸಿದ್ದಾರೆ, ನೀವು ಸಂಧಿಸುವ ರಹಸ್ಯ ತಾಣಕ್ಕೆ ಕೂಡಲೇ ತೆರಳಬೇಕಂತೆ" ಎಂದಳು.

'ಪ್ರತಿನಿತ್ಯ ರಾತ್ರಿಯಲ್ಲಿ ಸಂಧಿಸುವ ನಾವು ಇಂದೇಕೆ ಹೀಗೆ? ಏನಾದರೂ ಯುದ್ಧದ ಪರಿಸ್ಥಿತಿ ಎದುರಾಗಿದೆಯೇ?' ಎಂದು ಯೋಚಿಸುತ್ತಾ ಅವನಿಗಿಷ್ಟವಾದ ನೇರಳೆ ಬಣ್ಣದ ಸೀರೆಯುಟ್ಟು ಅಲಂಕಾರ ಭೂಷಿತೆಯಾಗಿ ಪುಷ್ಪಾಳಿಗೆ,

"ಮಹಾರಾಜ ಅಥವಾ ಮಹಾರಾಣಿಯವರು ನಮ್ಮ ಅಂತಃಪುರದೊಳಗೆ ಬಂದರೆ ಸಂಭಾಳಿಸು, ಎಂದಿನಂತೆ" ಎಂದು ನಿರ್ದೇಶಿಸಿ, ನಸುನಕ್ಕು ಕೊಠಡಿಯ ಸುರಂಗ ಮಾರ್ಗದಿಂದ ಹೊರಟಳು.

ಸುರಂಗದ ಆ ಕಡೆಯ ಬಾಗಿಲು ತೆರೆಯುತ್ತಿದ್ದಂತೆ ಕಂಡದ್ದು, ನೀಲಿ ಬಣ್ಣದ ರೇಶಿಮೆಯ ಉಡುಪಿನಲ್ಲಿ ನದಿಗೆ ಮುಖ ಮಾಡಿ ನಿಂತಿರುವ ಯುವಕನನ್ನು.

"ಯುವರಾಜ! ಈ ಸಮಯದಲ್ಲಿ ಭೇಟಿ ಮಾಡಲು ಕಾರಣವೇನು?" ಎಂದು ಅವಳು ಕೇಳಲು, ತುಂಟ ನಗೆಯೊಂದಿಗೆ ನೀಳ ವದನದ ಹಾಲ್ಗೆನ್ನೆಗಳಲ್ಲಿ ಮೋಹಕ ಗುಳಿಯಿರುವ ಚೆಲುವ,

"ಅರುಂಧತಿ, ಬಂದೆಯಾ? ಕ್ಷಮಿಸು ಅವಸರದಲ್ಲಿ ಬರಹೇಳಿದ್ದಕ್ಕೆ. ನಾಳೆ ಮಹಾಮಂತ್ರಿಯೊಂದಿಗೆ ದೇಶದಲ್ಲಿ ನಡೆಯುತ್ತಿರುವ ಒಳಗೊಳಗಿನ ಕಳ್ಳಸಾಗಣಿಕೆಗಳ ಬಗ್ಗೆ ತಿಳಿಯಲು ಮಾರುವೇಷದಲ್ಲಿ ತೆರಳಬೇಕಿದೆ. ಪ್ರತಿನಿತ್ಯ ನಿನ್ನ ನೋಡದೆ ಈ ಒಂದು ತಿಂಗಳು ಹೇಗೆ ಕಳೆಯಲಿ? ಹಾಗಾಗಿ ಇಂದು ಸೂರ್ಯಾಸ್ತ ದಿಂದ ಅವನು ಉದಿಸುವವರೆಗೂ ನನ್ನೊಂದಿಗಿರು" ಎಂದ.

ಸ್ವಲ್ಪ ಬೇಸರವಾದರೂ ಅವಳು,"ನಿಮ್ಮನ್ನು ಅಗಲಿರುವ ಪ್ರತೀ ಕ್ಷಣವೂ ಈ ಅರುಂಧತಿ ನಿಮ್ಮೊಂದಿಗಿದ್ದ ಮಧುರ ಕ್ಷಣಗಳೊಂದಿಗೆ ಬದುಕುತ್ತಾಳೆ, ಎಲ್ಲಾ ಶತ್ರುತ್ವ ಮರೆತು ನಮ್ಮೆರಡು ನಾಡುಗಳು ನಮ್ಮಂತೆಯೇ ಒಂದಾಗಲಿ ತೇಜ" ಎಂದಳು.

ಪ್ರೇಮ ಸಲ್ಲಾಪಗಳಲ್ಲಿ ಮಿಂದ ಇಬ್ಬರನ್ನು ಎಚ್ಚರಿಸಿದ್ದು ಹಕ್ಕಿಗಳ ಕಲರವ. ಆಗ ತಾನೇ ಕತ್ತಲ ಸೀಳಿ ರವಿ ಭೂಮಿಯ ಸಂಧಿಸಲು ತಯಾರಾಗುತ್ತಿದ್ದ. ಅವಳು ನಿಧಾನವಾಗಿ ಸುರಂಗದ ಬಾಗಿಲಿನೆಡೆಗೆ ಭಾರವಾದ ಹೆಜ್ಜೆಗಳನ್ನಿಡುತ್ತಾ

ಕೊನೆಯದಾಗಿ ಅವನನೊಮ್ಮೆ ಕಣ್ತುಂಬಿಕೊಂಡಳು. ಅಂತಃಪುರದಲ್ಲಿ ಕಾಲಿಡಲು ಅವಳ ಹಾಸಿಗೆಯಲ್ಲಿ ಯಾರೋ ಮಲಗಿದ್ದನ್ನು ಕಂಡು 'ಪುಷ್ಪಾ', ಎಂದು ಮೆದುವಾಗಿ ಕರೆದಳು.

ಪುಷ್ಪಾ ಮಂಚದಿಂದ ಎದ್ದು," ಯುವರಾಣಿ ಕ್ಷಮಿಸಿ, ಮಹಾರಾಣಿಯವರು ನೀವೆಲ್ಲಿ ಎಂದು ಸಖಿಯರ ಕೇಳಲು, ನಾ ಮೊದಲೇ ಆದೇಶ ನೀಡಿದಂತೆ ಸಖಿಯರು ನಿಮಗೆ ತಲೆ ನೋವು ಅದಕ್ಕೆ ಬೇಗ ನಿದ್ರಿಸುತ್ತಿರುವಿರಿ ಎಂದು ಉತ್ತರಿಸಿದರು. ಹಾಗಾಗಿ ಅವರಿಗೆ ಸಂಶಯ ಬರಬಾರದೆಂದು ನಾನೇ ನಿಮ್ಮ ಪಲ್ಲಂಗದಲಿ ಮಲಗಿದೆ" ಎಂದಳು.

"ನಿನ್ನಂತಹ ಸಖಿ ಇರುವುದು ನನ್ನ ಪುಣ್ಯ ಪುಷ್ಪಾ. ಯುವರಾಜರು ಇನ್ನೂ ಒಂದು ಮಾಸದವರೆಗೆ ಭೇಟಿಯಾಗಲು ಸಾಧ್ಯವಿಲ್ಲದಿರುವುದರಿಂದ ತಡವಾಯಿತು, ಮುಂದಿನ ರಾತ್ರಿಗಳು ಅವರ ನೆನಪಲ್ಲಿ ಕಳೆಯಬೇಕು. ನಾನೀಗ ಮಲಗುವೆ", ಎಂದು ಅರುಂಧತಿ ಹೇಳಿದಳು.

"ಯುವರಾಣಿ, ಇರುಳೆಲ್ಲಾ ಉಪವಾಸ ಮಾಡಿದಿರಿ ಒಂದು ಹಣ್ಣನ್ನಾದರೂ ತಿಂದು ಮಲಗಿ. ಇಲ್ಲದಿದ್ದರೆ…" ಎಂದು ಪುಷ್ಪಾ ಇನ್ನೇನು ವಾಕ್ಯ ಮುಗಿಸುವ ಮೊದಲೇ,

"ಇಲ್ಲದಿದ್ದರೆ... ನಮ್ಮನ್ನು ಅತಿಯಾಗಿ ಪ್ರೀತಿಸುವವರಿಗೆ ಉದರ ವೇದನೆಯಾಗುವುದು, ಸರಿ ಅಲ್ಲವಾ ಪುಷ್ಪಾ?" ಎಂದು ನಕ್ಕಳು ಅರುಂಧತಿ, ನಂತರ ಪುಷ್ಪಾ ಕೊಟ್ಟ ಹಣ್ಣನ್ನು ತಿಂದು ಮಲಗಿದಳು.

"ಅಮ್ಮಾ... ಅಮ್ಮಾ...", ಸದ್ದಿಗೆ ಎದ್ದ ಅವಳು ಕಣ್ಣುಬಿಟ್ಟು ನೋಡಲು, ವಾರದಿಂದ ಧೂಳು ಹಿಡಿದಿದ್ದ ಫ್ಯಾನ್, ಕಾಂಕ್ರೀಟ್ ಛಾವಣಿಯಲ್ಲಿ ತಿರುಗುತ್ತಾ ಇತ್ತು. ಬೆಲ್ ಎರಡನೇಯ ಬಾರಿ ಹೊಡೆಯಲು" ಬಂದೇ", ಎಂದು ಕೂಗುತ್ತಾ ಬಾಗಿಲು ತೆಗೆದಳು.

"ಹಾಲು ತಗೋಳಮ್ಮ ನಕ್ಸತ್ರ, ಮುಂದಿನ ಮನೆಗೆ ಹೋಗಬೇಕು", ಎಂದಿನಂತೆ ಹೇಳಿದ ಹಾಲಿನವ ಮಹೇಶ.

"ಅಯ್ಯೋ ಮಹೇಶಣ್ಣಾ, ನಕ್ಷತ್ರ ಅಂತ ನನ್ನ ಹೆಸರು, ನಕ್ಸತ್ರ ಅಲ್ಲ" ಎಂದು ಹಾಲು ತೆಗೆದುಕೊಂಡು ನಕ್ಕಳು.

'ಊರಲ್ಲಿ ಇರುವಾಗ ಈ ಕೆಲಸ ಅಪ್ಪ ಅಥವಾ ಅಮ್ಮ ಮಾಡುತ್ತಿದ್ದರು, ಕೆಲಸಕ್ಕೆಂದು ಈ ಊರಿಗೆ ಬಂದು ಒಬ್ಬಳೇ ಜೀವನ ಮಾಡಕ್ಕೆ ಶುರು ಮಾಡಿದ ಮೇಲೆ ಎಲ್ಲಾ ಜವಾಬ್ದಾರಿ ನನ್ನದೇ', ಎಂದುಕೊಳ್ಳುತ್ತಾ ಆಫೀಸ್ ಗೆ ಹೊರಡಲು ತಯಾರಿ ನಡೆಸಿದಳು ನಕ್ಷತ್ರ.

ಕಚೇರಿಯಲ್ಲಿ ಇವಳು ಬರುವುದನ್ನೇ ಕಾಯುತ್ತಾ ಕೂತಿದ್ದ ಮ್ಯಾನೇಜರ್, "N.K, why so late? ಇವತ್ತು ಸಿಇಓ ಮಗನ ಇಂಟ್ರೋ ಅಂತ ಮರೆತ್ಯಾ? ಹಾಗೆ ನ್ಯೂ ಜೋಯ್ನಿ ಕೂಡ ಬಂದಾಗಿದೆ. ಅವರಿಗೆ ಬೇಗ ಕಂಪನಿ ಬಗ್ಗೆ ಬ್ರೀಫ್ ಮಾಡು. ನೋಡು ಇವರೇ, ಕುಸುಮ್ ಅಂತ", ಎನ್ನುತ್ತಾ ಕುಸುಮ್ ಕಡೆ ತಿರುಗಿ,

"ಕುಸುಮ್, this is NK, her name is Nakshatra Karthik (ನಕ್ಷತ್ರ ಕಾರ್ತಿಕ್). ನಾವೆಲ್ಲಾ ಎನ್.ಕೆ ಅಂತಾನೆ ಕರೆಯೋದು. She will be your guide. Bye ladies. I have some work" ಎಂದು ಹೇಳಿ ಹೊರಟೇ ಬಿಟ್ಟರು.

ಅವಳು ಕುಸುಮ್ ನನ್ನು ಕರೆದು ಪಕ್ಕದಲ್ಲೇ ಕೂರಿಸಿಕೊಂಡು ಕಂಪನಿ ಬಗ್ಗೆ ಬ್ರೀಫ್ ಮಾಡಲು ಶುರು ಮಾಡಿದಳು. ಮಧ್ಯಾಹ್ನ ಒಂದೂವರೆ ಆಗಿರಬಹುದು ಕುಸುಮ್, ಇವಳ ಬಳಿ ಬಂದು "ಊಟಕ್ಕೆ ಹೋಗೋಣ ಎನ್.ಕೆ?" ಎಂದು ಕೇಳಿದಳು.

"ಇಲ್ಲ. You carry on, ನಂಗೆ ಸ್ವಲ್ಪ ಕೆಲಸ ಇದೆ. ಸಿಇಒ ಮಗನ ಇಂಟ್ರೋ ಬೇರೆ ಮೂರು ಘಂಟೆಗೆ ಶುರು ಆಗತ್ತೆ" ಎಂದು ಸಪ್ಪೆ ಮುಖ ಮಾಡಿದಳು ನಕ್ಷತ್ರ.

"ಅಯ್ಯೋ, you should not skip lunch ನಕ್ಷತ್ರ. ನನ್ನಮ್ಮ ಯಾವಾಗಲೂ ಹೇಳ್ತಾರೆ ಊಟ ಬಿಟ್ರೆ ನಮ್ಮನ್ನು ಅತಿಯಾಗಿ ಪ್ರೀತಿಸುವವರಿಗೆ ಹೊಟ್ಟೆ ನೋವು ಬರತ್ತೆ ಅಂತ. You don't want that to happen right?" ಎಂದು ಕಣ್ಣು ಹೊಡೆದಳು.

ನಕ್ಷತ್ರಾಳಿಗೆ ಒಮ್ಮೆಲೆ, ಎಲ್ಲೋ ಇದನ್ನು ಕೇಳಿದ ಹಾಗೆ ಇದೆಯಲ್ಲಾ ಅಂತ ಅನಿಸಿದರೂ ಹಸಿವಿನಲ್ಲಿ ಅದನ್ನು ಹಾಗೇ ಮರೆತು" ಸರಿ, Let's go" ಎಂದು ಇಬ್ಬರೂ ಊಟಕ್ಕೆ ಹೊರಟರು.

ಮೂರು ಘಂಟೆ ಆಗಿತ್ತು, ಎಲ್ಲರೂ ಸಿಇಒ ಮಗನನನ್ನು ನೋಡಲು ಆಡಿಟೋರಿಯಂ(ಸಭಾಂಗಣ) ಕಡೆಗೆ ಒಬ್ಬೊಬ್ಬರಾಗಿ ಹೋಗಲು ತೊಡಗಿದರು.

ಕುಸುಮ್ ಕೂಡ, "ನಾನು ಹೋಗಿರ್ತೀನಿ, you too come soon ok?" ಎಂದು ಹೊರಟಳು. ನಕ್ಷತ್ರ ಒಂದು ಮುಖ್ಯವಾದ ಇಮೇಲ್ ಕಳುಹಿಸಿ ಆಡಿಟೋರಿಯಂ ಕಡೆ ದೌಡಾಯಿಸಿದಳು. ಕುಸುಮ್ ಇವಳಿಗೆಂದೇ ಹಿಡಿದಿಟ್ಟ ಸ್ಥಳದಲ್ಲಿ ಕುಳಿತುಕೊಂಡಳು.

ತನ್ನ ತಂದೆಯಿಂದ ಹೂಗುಚ್ಛ ಸ್ವೀಕರಿಸಿ ಹಾಲ್ಗೆನ್ನೆಗಳಲ್ಲಿ ಸಣ್ಣ ಗುಳಿಯ ನಗೆಯೊಂದಿಗೆ, ನೀಳ ವದನದ ಸುಂದರ ಯುವಕ (ಸಿಇಒ ಮಗ) ಮೈಕ್ ಕಡೆ ತಿರುಗಿದ. ಅವಳ ಕಣ್ಣುಗಳು ಅವನನ್ನೇ ಆಶ್ಚರ್ಯತುಂಬಿಕೊಂಡು ದಿಟ್ಟಿಸ ತೊಡಗಿದವು.

ಆಗಲೇ ಕುಸುಮ್, "He is so handsome ಅಲ್ವಾ? Look at his dimples" ಎಂದಳು. ನಕ್ಷತ್ರ ಅವನನ್ನೇ ದಿಟ್ಟಿಸುತ್ತಾ ಹೌದೆಂಬಂತೆ ತಲೆ ಅಲ್ಲಾಡಿಸಿದಳು.

ಅವನು ಮೈಕ್ ಹತ್ತಿರ ಬಂದು, "Thank you dad, thank you everyone. ನಿಮಗೆಲ್ಲ ಗೊತ್ತಿದ್ದರೂ, let me introduce myself. ನನ್ನ ಹೆಸರು ಸೂರ್ಯಕಿರಣ್. And I will be your CEO from today" ಎಂದು ತೊಡಗಿ ಕಂಪನಿಯನ್ನು ಹೇಗೆ ಮುಂದೆ ನಡೆಸಬೇಕು ಎಂಬುದರ ಬಗ್ಗೆ ಕಿರು ಭಾಷಣ ಮಾಡಿದ.

ಹಾಗೆಯೇ ಮುಂದುವರೆಸುತ್ತಾ ಕೊನೆಯಲ್ಲಿ, "Let me apologize first, ನಾನು ನಾಳೆಯಿಂದ ಒಂದು ತಿಂಗಳು ಅವೈಲಬಲ್ ಇರೋದಿಲ್ಲ. I will be travelling to USA. So, ಏನೇ ಇಂಪಾರ್ಟೆಂಟ್ ವಿಷಯ ಇದ್ದರೂ ನೀವು ವಿ.ಪಿ ಬಳಿ ಹೇಳಬಹುದು. Thank you once again for such warm welcome" ಎಂದು ಅದೇ ಮೋಹಕ ನಗೆಯೊಂದಿಗೆ ಮುಗಿಸಿದ.

ನಕ್ಷತ್ರಾಳ ಕಣ್ಣುಗಳು ಬಿಟ್ಟಂತೆಯೇ ಇದ್ದವು. ಎಲ್ಲರು ಎದ್ದು ಹೊರಡತೊಡಗಿದರೂ ಅವಳು ಮಾತ್ರ ಕುರ್ಚಿಯ ಹಿಡಿಯನ್ನು ಗಟ್ಟಿ ಹಿಡಿದು ಗರ ಬಡಿದವಳಂತೆ ಕುಳಿತೇ ಇದ್ದಳು.

ಕುಸುಮ್, "Hey NK, come let's go" ಎಂದು ಅವಳ ಹೆಗಲ ಮೇಲೆ ಕೈ ಇಟ್ಟಳು.

"Ya, let's go" ಎಂದಳು ನಕ್ಷತ್ರ ಹೇಗೋ ತನ್ನನ್ನು ಸಂಭಾಳಿಸಿಕೊಂಡು.

ಇಂದಾಗಿದ್ದ ಸನ್ನಿವೇಶಗಳನ್ನು ಅವಲೋಕಿಸುತ್ತಾ ಮನೆ ತಲುಪಿ, ದೀಪದ ಬತ್ತಿಯನ್ನು ಹೊತ್ತಿಸಿದಳು. ಊಟ ಮಾಡುವಾಗ, ಇಂದು ನಡೆದ ಎಲ್ಲಾ ಘಟನೆಗಳನ್ನು ಮತ್ತೆ ಮೆಲುಕು ಹಾಕುತ್ತಾ, ಅವರ ಹೆಸರುಗಳಲ್ಲಿರುವ ಸಾಮ್ಯ, ಅವೇ ಮಾತುಗಳು, 'ಇವೆಲ್ಲಾ ಹೇಗೆ ಸಾಧ್ಯ?', ಎಂದು ಯೋಚಿಸುತ್ತಾ ತಾನು ಅತಿಯಾಗಿ ಚಿಂತಿಸುತ್ತಿರುವೆನೇನೋ ಎಂದುಕೊಂಡಳು. ಆದರೂ ಮನಸಿನಲ್ಲಿ ಮೂಡುತ್ತಿರುವ ಪ್ರಶ್ನೆಗಳು ಆಳದಲ್ಲಿ ಗೊಂದಲ

ಶೀತಲ್

ಹುಟ್ಟಿಸುತ್ತಿದ್ದವು. ಅದೇ ಗೊಂದಲದಲ್ಲಿ ಹಾಸಿಗೆ ಮೇಲೆ ಒರಗಿ ಯೋಚಿಸುತ್ತಾ, ನಿದ್ರೆಗೆ ಜಾರಿದಳು.

"ಯುವರಾಣಿ..., ಯುವರಾಣಿ", ಮತ್ತದೇ ಸದ್ದು ಕೇಳಿತು.

ಅಧ್ಯಾಯ II

ಕರೆದ ಸದ್ದಿಗೆ ಕಣ್ಣು ಬಿಡಲಾಗದೆ ಇದ್ದರೂ ಎದ್ದಳು ಅರುಂಧತಿ. ಭಾರವಾದ ಕಣ್ಣುಗಳು ಮುಚ್ಚಿ ಮುಚ್ಚಿ ಹೋಗುತ್ತಿದ್ದವು. "ಪುಷ್ಪಾ, ನಯನಗಳ ಮೇಲೆ ಬೆಟ್ಟಗಳ ಭಾರ ಬಿದ್ದಂತಿದೆ, ತೆರೆಯಲಾಗುತ್ತಿಲ್ಲ, ಅಮ್ಮಾ", ಎಂದು ನರಳುತ್ತಲೇ ಹೇಳುತ್ತಿರುವಾಗ, ಆಗಷ್ಟೇ ಅಂತಃಪುರದೊಳಗೆ ಬಂದ ಮಹಾರಾಣಿ, ಅರುಂಧತಿಯ ವೇದನೆಯನ್ನು ಕಂಡು ಅವಳ ಬಳಿ ಬಂದು ಕುಳಿತು ಪುಷ್ಪಾಳ ಕಡೆಗೆ ತಿರುಗಿ,

"ಪುಷ್ಪಾ, ತಂಪಾದ ಜಲದಲ್ಲಿ, ಹತ್ತಿಯನ್ನು ನೆನೆಸಿ ತೆಗೆದುಕೊಂಡು ಬಾ. ಕಣ್ಣುಗಳ ಮೇಲೆ ಶೀತಲವಾದ ಜಲ ಸ್ಪರ್ಶಿಸಿದರೆ ಭಾರದ ವೇದನೆ ಕಡಿಮೆಯಾಗುವುದು" ಎಂದಳು.

ಪುಷ್ಪಾ, ಬೇಗನೆ ಹತ್ತಿಯನ್ನು ತಂದು ಅರುಂಧತಿಯ ಕಣ್ಣುಗಳ ಮೇಲೆ ಸವರಿದಳು. ಕಣ್ಣು ತೆಗೆದು ನೋಡಲು ಅದೇ ಅಂತಃಪುರ, ಸುಂದರವಾದ ಉಡುಗೆಯಲ್ಲಿ ಅವಳು. ವಾಸ್ತವವೋ? ಕನಸೋ? ಒಮ್ಮೆ ಮೌನವಾಗಿದ್ದು ಸಮಯ ಎಷ್ಟಾಯಿತೆಂದು ಪುಷ್ಪಾಳಿಗೆ ಕೇಳಿದಳು.

"ಯುವರಾಣಿ ಸಾಯಂಕಾಲ, ಈಗಷ್ಟೇ ಸೂರ್ಯ ಬೆಟ್ಟಗಳ ಹಿಂದೆ ಮಾಯವಾದ", ಎಂದಳು ಪುಷ್ಪಾ.

"ರಾಜಕುಮಾರಿ, ಗೋಧೂಳಿ ಸಮಯದಲ್ಲಿ ಮಲಗುವುದು ಉಚಿತವಲ್ಲವೆಂದು ನಾವೇ ಪುಷ್ಪಾಳಿಗೆ ಆದೇಶಿಸಿದ್ದು ನಿಮ್ಮನ್ನು ಎಚ್ಚರಿಸಲು", ಎಂದಳು ಮಹಾರಾಣಿ.

"ರಾಜಮಾತಾ, ಏಕೋ ಬಹಳ ಆಯಾಸವಾಗಿದ್ದರಿಂದ ಮಧ್ಯಾಹ್ನದ ಭೋಜನ ಮುಗಿಸಿ ಹಾಗೇ ನಿದಿರೆಗೆ ಜಾರಿದೆ ಕ್ಷಮಿಸಿ" ಎನ್ನುತ್ತಾ, ತನ್ನ ಬಳಿ ಕುಳಿತು ಕೆನ್ನೆಗಳಲ್ಲಿ ಸಣ್ಣ ಗುಳಿಯೊಂದಿಗೆ ಮಂದಹಾಸ ಬೀರುತ್ತಾ ತಲೆ ಸವರುತ್ತಿದ್ದ, 50ರ ವಯಸ್ಸು ಆಸುಪಾಸಿನ, ಕಿರೀಟ ಹಾಗೂ ವಜ್ರವೈಢೂರ್ಯಗಳೊಂದಿಗೆ ಬಂಗಾರ ಬಣ್ಣದ ರೇಶಿಮೆ ಸೀರೆಯುಟ್ಟ ಹೆಂಗಸಿನ(ಮಹಾರಾಣಿ) ಮತ್ತೊಂದು ಕೈ ಹಿಡಿದು ಹೇಳಿದಳು ಅರುಂಧತಿ.

"ಪುತ್ರೀ ಅರುಂಧತಿ ನೀವು ವಿಶ್ರಮಿಸಿ, ರಾತ್ರಿಯ ಭೋಜನವನ್ನು ನಿಮ್ಮ ಕೋಣೆಗೆ ಕಳುಹಿಸುತ್ತೇವೆ", ಎಂದು ಅವಳ ಹಣೆಗೆ ಮುತ್ತೊಂದನ್ನು ನೀಡಿ ಕೋಣೆಯ ಹೊರನಡೆದಳು ಮಹಾರಾಣಿ.

ಅವಳಿಗೆ ಹಿಂದೆಂದೂ ಇರದ ಏನೋ ಗೊಂದಲ ಇಂದು. ಅಪರಿಚಿತರೂ ಅಲ್ಲ, ಪರಿಚಯವಿದ್ದರೂ ಅಪರಿಚಿತರಂತೆ, ನೆನೆಪಿದ್ದರೂ ಮರೆತಂತೆ ಆದರೆ ಯಾವುದನ್ನೂ, ಯಾರನ್ನೂ ಮರೆತಿಲ್ಲ. ಹಲವಾರು ಪ್ರಶ್ನೆಗಳು ಅವಳನ್ನು ತುಂಬಾ ಕೆಣಕುತ್ತಿದ್ದವು. ಅಧಿಕ ಯೋಚನೆ ಮಾಡಿದರೆ ತಲೆ ಸಿಡಿದು ಹೋಗುವ ಪರಿಯ ನೋವು ಅವಳ ಯೋಚನೆಗಳಿಗೆ ಕ್ಷಣಕಾಲ ಪೂರ್ಣ ವಿರಾಮ ನೀಡಿದ್ದವು.

ಅವಳು ಎದ್ದು ನೇರವಾಗಿ ಕೋಣೆಯ ಕೈಸಾಲೆಯತ್ತ ನಡೆದಳು. ಅವಳಿಗೆ ಆ ಜಾಗದ ಅರಿವೂ ಇತ್ತು. ಕೈಸಾಲೆಯಲ್ಲಿರುವ ಹೂವುಗಳ ಕೆತ್ತನೆಯಿಂದ ಅಲಂಕೃತವಾಗಿದ್ದ

ಒಂದು ಕಂಬಕ್ಕೆ ಒರಗಿ ನಿಂತಳು. ತಣ್ಣಗೆ ಬೀಸುತ್ತಿರುವ ಗಾಳಿ ಅವಳ ಮುಂಗುರುಳುಗಳೊಂದಿಗೆ ಆಟವಾಡುತ್ತಿದ್ದವು. ಅವರ ಆಟವನ್ನು ನಿಲ್ಲಿಸುವಂತೆ 'ಛೇ ಎಂಥಾ ಗಾಳಿ', ಎನ್ನುತ್ತಾ ತನ್ನ ಮುಂಗುರುಳನ್ನು ಮುಖದಿಂದ ಸರಿಸಿದಳು.

ಅವಳು ನಿಂತ ಜಾಗದಿಂದ ಕಾಣುತ್ತಿದ್ದ ಸುಂದರವಾದ ಪ್ರಕೃತಿಯ ದೃಶ್ಯವನ್ನು ಆಸ್ವಾದಿಸ ತೊಡಗಿದಳು: ಕತ್ತಲೆ ಇನ್ನೇನು ತನ್ನ ಪರದೆಯನ್ನು ಸಾಯಂಕಾಲದ ಬಣ್ಣಗಳ ನೃತ್ಯಕ್ಕೆ ಎಳೆಯುತ್ತಿತ್ತು, ಎಲ್ಲೋ ದೂರದಲ್ಲಿ ಒಂದೆರಡು ಹಕ್ಕಿಗಳು ತಮ್ಮ ಬಳಗವ ಸೇರಲು ವೇಗವಾಗಿ ಹಾರುತ್ತಿದ್ದವು, ಕನಸಲ್ಲಿ ಕಂಡ ವಾತಾವರಣಕ್ಕೂ ವಾಸ್ತವಕ್ಕೂ ಎಷ್ಟು ವ್ಯತ್ಯಾಸ ಎಂದುಕೊಳ್ಳುತ್ತಿದ್ದಂತೆ ನೆನಪಾಗಿದ್ದು ರವಿತೇಜ.

ಅವನೊಂದಿಗೆ ಹಿಂದೊಮ್ಮೆ ಇದೇ ಕೈಸಾಲೆಯಲ್ಲಿ ಹುಣ್ಣಿಮೆಯ ರಾತ್ರಿ ಕಳೆದ ಕ್ಷಣಗಳು. 'ಆ ಕ್ಷಣಗಳೂ ಚೆನ್ನಾಗಿ ನೆನಪಿದೆಯಲ್ಲಾ? ಏನಾಗುತ್ತಿದೆ ನನಗೆ?' ಎಂದುಕೊಳ್ಳುತ್ತಾ, ತಲೆಯನ್ನು ಚಚ್ಚಿಕೊಳ್ಳಲು ಬೈತಲೆಬೊಟ್ಟಿನಲ್ಲಿದ್ದ ವಜ್ರ ಹಸ್ತಕ್ಕೆ ತಗುಲಿ ನೋವಾಯಿತು.

ಇಷ್ಟೆಲ್ಲಾ ಸಂಪತ್ತು ಇದೆಯಾ ನನಗೆ? ನಿಜವಾಗಲೂ ರಾಜಕುಮಾರಿಯಾ ನಾನು? ಹಾಗಾದರೆ ನಕ್ಷತ್ರಾಳ ಲೋಕ ಕನಸಿನ ಲೋಕವೋ? ಯಾವ ಜಗತ್ತು ಅದು? ಯಾವ ಸಂಬಂಧವೂ ಇರದೆ, ಊಹಿಸಲು ಅಸಾಧ್ಯವಾದ ಲೋಕವನ್ನು ಕನಸು ಕಾಣಲು ಹೇಗೆ ಸಾಧ್ಯ? ಅದು ವಾಸ್ತವವಾದರೆ ಅಲ್ಲಿರುವ

ತಂದೆ ತಾಯಿಯ ಮುಖ ಇಲ್ಲಿ ನನಗೆ ನೆನಪಾಗುತ್ತಿಲ್ಲವಲ್ಲ, ಅಲ್ಲಿರುವ ಜೀವನದ ಕೆಲ ಕ್ಷಣಗಳ ಅರಿವಿದೆ, ಸರಿಯಾಗಿ ಹೇಳಬೇಕೆಂದರೆ ಒಂದು ದಿನದ ನೆನಪು ಮಾತ್ರ. ಆದರೆ ಅಲ್ಲಿರುವಾಗ ಇಲ್ಲಿಯ ವಿಚಾರಗಳು ನೆನಪಾಗುತ್ತಿಲ್ಲವಲ್ಲ. ಅಲ್ಲಿಯೂ ಇಲ್ಲಿನ ಕೇವಲ ಒಂದು ದಿನದ ನೆನಪುಗಳು ಮಾತ್ರ ಇವೆ.

ಹೀಗೆ ಯೋಚನಾ ಲೋಕದಲ್ಲಿರುವಾಗ ಅವಳ ನೆನಪಿಗೆ ಬಂದದ್ದು, ಸೂರ್ಯಕಿರಣ್ - ನಕ್ಷತ್ರಾಳ ಹೊಸ ಸಿಇಓ. ಅವನೂ ಕೂಡ ನೋಡಲು ರವಿತೇಜನಂತೇ ಇದ್ದಾನೆ ಆದರೆ ಅಲ್ಲಿ ಅಪರಿಚಿತ, ಇಲ್ಲಿ ಪ್ರಿಯತಮ. ಹಾಗೆಯೇ ಪುಷ್ಪಲತಾ, ಅವಳಿಲ್ಲವಲ್ಲ ಆ ಲೋಕದಲ್ಲಿ ಎಂದುಕೊಳ್ಳುತ್ತಿದಾಗಲೇ ನೆನಪಾಗಿದ್ದು ಕುಸುಮ್, ಹೆಸರೇನೋ ಒಂದೇ ರೀತಿ ಇದೆ ಆದರೆ ಮುಖ ಪುಷ್ಪಳದಲ್ಲ. ಕನಸಿನಲ್ಲಿ ಕುಸುಮ್ ಹೇಳಿದ ಹಸಿವಿನ ಬಗೆಗಿನ ಮಾತು, ಪುಷ್ಪಾಳ ಮಾತು ಒಂದೇ ರೀತಿ ಇವೆ. ಹಾಗಾದರೆ ಪುಷ್ಪಲತಾ ಮತ್ತು ಕುಸುಮ್ ಇಬ್ಬರೂ ಒಬ್ಬರೆಯೇ? ಇದೆಂಥಾ ಕನಸಿನ ವಾಸ್ತವ? ದೇವರೇ!! ಹೀಗೆ ನಿಂತವಳನ್ನು, ಹಿಂದಿನಿಂದ ಯಾರೋ ತೀಡಿದರು.

ತಿರುಗಲು "ಯುವರಾಣಿ ಒಳಗೆ ಬನ್ನಿ, ಮಹಾರಾಣಿಯವರು ನಿಮ್ಮನ್ನು ಅವರ ಅಂತಃಪುರಕ್ಕೆ ಕೂಡಲೇ ಬರಹೇಳಿದ್ದಾರೆ" ಸಪ್ಪೆ ಮೋರೆಯೊಂದಿಗೆ ಕರೆದಳು ಪುಷ್ಪಾ.

"ಏಕೆ ಪುಷ್ಪಾ? ಏನಾಯಿತು? ನಿಮ್ಮ ವದನದಲ್ಲಿ ಏಕಿಷ್ಟು ನಿರಾಸೆ? ಮಹಾರಾಣಿಯವರು ರಾತ್ರಿ ಭೋಜನವನ್ನು ಇಲ್ಲಿಗೇ ಕಳುಹಿಸುತ್ತೇವೆ ಎಂದಿದ್ದರಲ್ಲವೇ?", ಎಂದು ಕೇಳಿದಳು ಅರುಂಧತಿ.

"ಭೋಜನವನ್ನು ನಿಮ್ಮ ಕೋಣೆಗೇ ಕಳುಹಿಸುತ್ತಾರೆ ಆದರೆ ಈ ಕೂಡಲೇ ಅವರಲ್ಲಿಗೆ ತೆರಳಬೇಕೆಂದು ಆಜ್ಞೆಯಾಗಿದೆ, ನೀವು ಅಲ್ಲಿಗೆ ತೆರಳಿದರೆ ನಿಮಗೂ ನಿರಾಸೆ ತರುವಂತಹ ಸನ್ನಿವೇಶಗಳು ನಡೆಯಲಿವೆ ಹಾಗಾಗಿ ನನ್ನ ವದನದಲ್ಲಿ ಈ ನಿರಾಸೆ" ಎಂದಳು ಪುಷ್ಪಾ.

ತನ್ನ ದಾವಣಿಯನ್ನು ತಲೆಯ ಮೇಲಿರಿಸಿ, ಮಹಾರಾಣಿಯ ಅಂತಃಪುರಕ್ಕೆ ಹೊರಟಳು ಅರುಂಧತಿ. ಯಾವುದೇ ಅಡೆತಡೆ, ಗೊಂದಲವಿಲ್ಲದೆ, ಯಾರ ಬಳಿ ದಾರಿಯನ್ನೂ ಕೇಳದೆ ತನ್ನ ಕಾಲುಗಳು ನಡೆಯುವುದನ್ನೇ ಗಮನಿಸುತ್ತಿದ್ದಳು. ಇಂದೇಕೋ ಅರಮನೆ ಅತೀ ಸುಂದರವಾಗಿ ತೋರಿದಂತೆ ಭಾಸವಾಗುತಿತ್ತು ಅವಳಿಗೆ. ದೊಡ್ಡ ಅಂತಃಪುರಕ್ಕಿದ್ದ ಬಾಗಿಲು ಮತ್ತು ಅದಕ್ಕಿದ್ದ ಪರದೆ ಅವಳನ್ನು ಬೆರಗುಗೊಳಿಸಿತು. ಬಾಗಿಲನ್ನೂ ಮುಳುಗಿಸುವಷ್ಟು ಉದ್ದವಿತ್ತು ಪರದೆ, ಬೆಳ್ಳಿ ಮತ್ತು ಬಂಗಾರದ ನವಿಲುಗಳ ಕಸೂತಿ ಇದ್ದ ರೇಶಿಮೆಯ ಬಿಳಿಯ ಪರದೆ, ಅದರ ತುದಿಯಲ್ಲಿ ನೇತಾಡುತ್ತಿದ್ದ ಬೆಳ್ಳಿಯ ಸಣ್ಣ ನವಿಲಿನ ಆಕಾರಗಳು ಪರದೆಗೆ ಇನ್ನಷ್ಟು ಸೊಬಗನ್ನು ನೀಡಿದ್ದವು. ಇವಳು ಬಾಗಿಲ ಬಳಿ ಬರುತ್ತಿದ್ದಂತೆಯೇ, ಎರಡೂ ಕಡೆಗಳಲ್ಲಿದ್ದ ಅಂಗರಕ್ಷಕರು ಅವಳಿಗೆ

ತಲೆಬಾಗಿದರು. ಅವಳು ನೇರವಾಗಿ ಆ ಕೋಣೆಯ ಒಳಗೆ ನಡೆದಳು. ಆ ಅಂತಃಪುರ ಇವಳ ಕೋಣೆಗಿಂತಲೂ ಎರಡು ಪಟ್ಟು ದೊಡ್ಡದು, ಎಡಭಾಗದಲ್ಲಿ ಕೊಂಚ ಎತ್ತರದಲ್ಲಿ ನವಿಲಿನಾಕಾರದ ದೊಡ್ಡ ಮಂಚ, ಅದರ ಮೇಲಿನ ಕೆತ್ತನೆಗಳೂ ನವಿಲಿನಾಕಾರದ್ದೆ. ಮಂಚದ ಮೆತ್ತೆಗೆ ಹೊದಿಸಿದ್ದ ರೇಶಿಮೆಯ ಬಟ್ಟೆಯೂ ನವಿಲು ಬಣ್ಣದ್ದು. ಅದರ ಪಕ್ಕದಲ್ಲೇ ನವಿಲಿನಾಕಾರದ ಬಂಗಾರದ ದೊಡ್ಡ ಕನ್ನಡಿ. ಕೋಣೆಯ ನಡುವಿನಲ್ಲಿ ಬಂಗಾರದ ದೊಡ್ಡ ಹೂವಿನಕುಂಡ, ಅದರ ತುಂಬಾ ಸುಂದರವಾದ ಹೂವುಗಳು. ಬಲಗಡೆಯಲ್ಲಿ ದೊಡ್ಡ ಅರ್ಧ ಚಂದ್ರಾಕಾರದಲ್ಲಿ ಜೋಡಿಸಿದ್ದ ಕುರ್ಚಿಗಳು, ಅವುಗಳ ನಡುವಿಗೊಂದು ಪೂರ್ಣ ಚಂದ್ರಾಕಾರದ ಮೇಜು. ಅದರ ಹಿಂದೆ, ಸ್ವಲ್ಪ ದೂರದಲ್ಲೇ ಕೈಸಾಲೆ. ಆಡಂಭರವಾದ ಅಂತಃಪುರವನ್ನು ನೋಡುತ್ತಿರುವಾಗಲೇ ಮಹಾರಾಣಿ ತನ್ನ ಮೂವರು ಸಖಿಯರೊಂದಿಗೆ ಒಳಗೆ ಬಂದರು.

"ರಾಜಕುಮಾರಿ, ಬನ್ನಿ ಕುಳಿತುಕೊಳ್ಳಿ, ನಿಮ್ಮ ಕಣ್ಣುಗಳ ವೇದನೆ ಕಡಿಮೆಯಾಯಿತೇ?" ಎಂದು ಕುರ್ಚಿಗಳ ಕಡೆ ಕೈ ತೋರುತ್ತಾ "ಸುಲೋಚನಾ, ಮಂತ್ರಿಗಳು ಇಂದು ನಮಗೆ ಕಳುಹಿಸಿದ ಚಿತ್ರಪಟಗಳನ್ನು ತೆಗೆದುಕೊಂಡು ಬಾ" ಎಂದಳು ಮಹಾರಾಣಿ.

'ಏಕೆ ಚಿತ್ರಪಟಗಳನ್ನು ಮಹಾರಾಣಿಯವರು ನನಗೆ ತೋರಿಸುತ್ತಿದ್ದಾರೆ?' ಎಂದು ಮನಸ್ಸಿನಲ್ಲಿ ಯೋಚಿಸುತ್ತಾ, "ಕಡಿಮೆಯಾಗಿದೆ ಮಾತೇ, ಆದರೆ ಚಿತ್ರಪಟಗಳು? ಏಕೆ?" ಇನ್ನೂ

ಅವಳ ಪ್ರಶ್ನೆ ಮುಗಿಯುವ ಮುನ್ನ, ಮಹಾರಾಣಿ ಮಾತನಾಡಲು ಪ್ರಾರಂಭಿಸಿದಳು, "ಪುತ್ರಿ, ನಿಮ್ಮ ವಿವಾಹದ ಸಲುವಾಗಿ ಎಲ್ಲಾ ರಾಜ್ಯಗಳಿಂದ ಬಂದಿರುವ ರಾಜಕುಮಾರರ ಚಿತ್ರಗಳು ಇವು, ಮಹಾರಾಜರು ನಿಮ್ಮ ಅಭಿಪ್ರಾಯ ಕೇಳಲು ಹೇಳಿಕಳುಹಿಸಿದ್ದಾರೆ. ಚಂದ್ರಕೇಶಿ ಸಾಮ್ರಾಜ್ಯದ ರಾಜಕುಮಾರಿ ಅರುಂಧತಿಯನ್ನು ವಿವಾಹವಾಗಲು ಬಯಸಿ ಬಂದ ಚಿತ್ರಪಟಗಳಲ್ಲಿ, ಮಹಾರಾಜರು ಮತ್ತು ನಾವು ಖುದ್ದಾಗಿ ನಿಮಗೆ ಯೋಚಿತವಾದ ಕೆಲವು ರಾಜಕುಮಾರರನ್ನು ಆರಿಸಿದ್ದೇವೆ. ಇದರಲ್ಲಿ ನಿಮಗೆ ಯಾರು ಪ್ರಿಯರು ಎಂದು ವೀಕ್ಷಿಸಿ ಹೇಳಿ", ಮಹಾರಾಣಿಯ ಮಾತುಗಳು ಮುಗಿಯುತ್ತಿದ್ದಂತೆಯೇ,

'ಮದುವೆಯೇ? ಮತ್ತೆ ರವಿತೇಜ?' ಎಂದುಕೊಳ್ಳುತ್ತ, ಅರುಂಧತಿ ಹಿಂದೆಯೇ ನಿಂತಿದ್ದ ಪುಷ್ಪಾಳನ್ನು ನೋಡಿ ನಿರಾಸೆಯ ಭಾವ ತೋರಿದಳು. ಪುಷ್ಪಳೂ ತಾನು ಮೊದಲೇ ಸೂಚಿಸಿದ್ದೆನಲ್ಲಾ ಎಂಬ ಭಾವ ತೋರಿದಳು.

"ಮಹಾರಾಣಿ, ನಾನು ನನ್ನ ಕೋಣೆಯಲ್ಲಿ ನೋಡುವೆ, ಚಿತ್ರಪಟಗಳನ್ನು ಅಲ್ಲಿಗೇ ಕಳುಹಿಸಿಕೊಡಿ. ನಿಮ್ಮ ಮುಂದೆ ನಿರ್ಧರಿಸಲು ಲಜ್ಜೆಯಾಗುವುದು", ಎಂದಳು ಅರುಂಧತಿ.

"ಸರಿ ಪುತ್ರೀ, ನಿಮ್ಮ ಆಯಾಸ ಕಡಿಮೆಯಾದಮೇಲೆ ವೀಕ್ಷಿಸಿ ನಿರ್ಧಾರ ಮಾಡಿ. ಪುಷ್ಪಾ, ಎಲ್ಲಾ ಚಿತ್ರಪಟಗಳನ್ನು ಯುವರಾಣಿಯ ಕೋಣೆಗೆ ತೆಗೆದುಕೊಂಡು ಹೋಗು" ಎಂದರು ಮಹಾರಾಣಿ.

ಸುಲೋಚನಾಳ ಕೈಯಿಂದ ಪುಷ್ಪಾ ಚಿತ್ರಪಟಗಳನ್ನು ತೆಗೆದುಕೊಂಡಳು.

"ಮಾತೇ ಧನ್ಯವಾದ. ನಾಳೆ ನಿಮಗೆ ನಿರ್ಧಾರ ತಿಳಿಸುವೆವು. ನಾವೀಗ ತೆರಳುತ್ತೇವೆ. ಶುಭರಾತ್ರಿ", ಎಂದು ಮಹಾರಾಣಿಯನ್ನು ಆಲಂಗಿಸಿ ಹೊರಟಳು ಅರುಂಧತಿ. ತನ್ನ ಕೋಣೆಗೆ ಬಂದ ಕೂಡಲೇ ಮಂಚದ ಪಕ್ಕದಲ್ಲಿರುವ ಸಣ್ಣ ಕುರ್ಚಿಯ ಮೇಲೆ ಕುಳಿತು ಮೆತ್ತೆಯ ಮೇಲೆ ತಲೆಯಿರಿಸಿದಳು.

ಒಳಗೆ ಬಂದ ಪುಷ್ಪಾಳನ್ನು ಕಂಡು, "ರವಿತೇಜ ಯುವರಾಜರು ಈಗಷ್ಟೇ ತೆರಳಿದ್ದಾರೆ, ಅವರಿಗೆ ಈ ವಿಷಯ ತಿಳಿಸಲೂ ಸಾಧ್ಯವಿಲ್ಲ. ಪುಷ್ಪಾ ನಮಗೆ ಏನು ಮಾಡುವುದೆಂದು ತಿಳಿಯುತ್ತಿಲ್ಲ. ಮಹಾರಾಣಿಯವರಿಗೆ ನಾಳೆ ಉತ್ತರಿಸುವೆ ಎಂದು ಹೇಳಿಬಿಟ್ಟೆ, ಏನು ಮಾಡುವುದು ಈಗ?", ಎಂದು ಅಳತೊಡಗಿದಳು ಅರುಂಧತಿ.

"ಯುವರಾಣಿ, ಈಗ ನೀವು ಭೋಜನ ಸೇವಿಸಿ ವಿಶ್ರಮಿಸಿ. ಮುಂಜಾನೆ ಇದರ ಬಗ್ಗೆ ಆಲೋಚಿಸಿ ಒಂದು ಉಪಾಯವನ್ನು ಕಂಡು ಹಿಡಿಯೋಣ", ಎಂದು ಪುಷ್ಪಾ ಅರುಂಧತಿಯನ್ನು ಸಮಾಧಾನಿಸಿ, ಅವಳು ಊಟ ಮಾಡಿ ಮಲಗುವವರೆಗೂ ಇದ್ದು ನಂತರ ಕೋಣೆಯ ಎಲ್ಲಾ ದೀಪಗಳನ್ನು ಆರಿಸಿ ಒಂದು ಸಣ್ಣ ದೀಪವನ್ನು ಮಾತ್ರ ಯುವರಾಣಿಯ ಕನ್ನಡಿ ಹತ್ತಿರದಲ್ಲಿ ಎಂದಿನಂತೆ ಹಚ್ಚಿಟ್ಟು ತನ್ನ ಕೋಣೆಗೆ ತೆರಳಿದಳು.

ಹಕ್ಕಿಗಳ ಚಿಲಿಪಿಲಿ ಅವಳ ಕಿವಿಗೆ ರಾಚುವಂತಿತ್ತು, ಕಣ್ಣು ಮುಚ್ಚಿಕೊಂಡೇ ತನ್ನ ಮಂಚದ ಪಕ್ಕದ ಮೇಜಿನ ಮೇಲಿದ್ದ ಮೊಬೈಲ್ ತೆಗೆದು ಅಲರಾಂ ಅನ್ನು ಆಫ್(ಆರಿಸು) ಮಾಡಿದಳು. ಕಣ್ಣು ಬಿಟ್ಟು ನೋಡಲು ಕಾಂಕ್ರೀಟ್ ಸೀಲಿಂಗ್ ನಲ್ಲಿ ಓಡುತ್ತಿದೆ ಫ್ಯಾನ್.

ಥಂಗನೆ ಎದ್ದವಳೇ, 'ರಾಜಕುಮಾರಿಯಾಗಿದ್ದ ಕನಸು ಇವತ್ತೂ ಬಿತ್ತಲ್ಲ. ಆದರೆ ಈ ಸಲ ಕನಸಿನಂತೆ ಅನಿಸಲೇ ಇಲ್ಲ. ನಾನ್ಯಾರು? ಏನಾಗ್ತಾ ಇದೆ ನನಗೆ? ಯಾರ ಹತ್ತಿರ ಹೇಳೋದು ಇದನ್ನೆಲ್ಲಾ? ಹೇಳಿದರೆ ಯಾರು ನಂಬುತ್ತಾರೆ?' ಎಂದುಕೊಳ್ಳುತ್ತಿರುವಾಗಲೇ, "ಅಮ್ಮಾ ನಕ್ಷತ್ರಾ, ಹಾಲು ತಗೋಳಮ್ಮ" ಅನ್ನೋ ಹಾಲಿನವನ ಕೂಗು ಕೇಳಿಸಿತು.

"ಬಂದೇ", ಎಂದು ಓಡಿ ಹೋಗಿ ಹಾಲು ತಂದು ಒಲೆಯ ಮೇಲಿಟ್ಟು ಕಾಫಿ ಪುಡಿ ತೆಗೆಯಲು ಹೊರಡುವಾಗ ಅವಳ ಫೋನ್ ರಿಂಗಣಿಸಿತು. "ಹಲೋ ಅಮ್ಮಾ! ಏನಮ್ಮಾ ಇಷ್ಟು ಬೆಳಗ್ಗೆ ಫೋನ್ ಮಾಡಿದ್ದೀಯಾ? ಏನ್ ಸ್ಪೆಷಲ್?", ಎಂದು ಕೇಳಿದಳು ನಕ್ಷತ್ರ.

"ನಕ್ಷು, ಬ್ರೋಕರ್ ರಾಮರಾಯರು ಬೆಳಿಗ್ಗೆನೇ ನಾಲ್ಕೈದು ಒಳ್ಳೆ ಹುಡುಗರ ಫೋಟೋ ತಂದಿದ್ದಾರೆ ಕಣೇ. ನಿಮ್ಮಪ್ಪನಿಗೆ ವಾಟ್ಸಾಪ್ ನಲ್ಲಿ ನಿಂಗೆ ಕಳುಹಿಸಲು ಹೇಳಿದ್ದೀನಿ, ನೋಡಿ ಯಾರಿಷ್ಟ ಆದ್ರು ಅಂತ ಹೇಳು, ಇದಕ್ಕೆ ಕಾಲ್ ಮಾಡಿದ್ದು ಇಷ್ಟು ಬೆಳಗ್ಗೆ. ತಿಂಡಿ ತಿಂದ್ಯಾ ಪುಟ್ಟಾ?", ಎಂದರು ಅವಳ ಅಮ್ಮಾ.

ಇವಳಿಗೆ ಭೂಮಿಯೇ ಕುಸಿದಂತಾಯಿತು, ಏನು ಉತ್ತರ ಹೇಳಬೇಕೆಂದು ಯೋಚಿಸಲೂ ಆಗುತ್ತಿರಲಿಲ್ಲ ಅವಳಿಗೆ.

"ಇಲ್ಲಮ್ಮ ತಿಂತೀನಿ, ನಿಂಗೆ ಆಮೇಲೆ ಕಾಲ್ ಮಾಡ್ತೀನಿ, ನಂಗೆ ಇಂದು ಸ್ವಲ್ಪ ಬೇಗ ಆಫೀಸ್ ಗೆ ಹೋಗ್ಬೇಕು", ಎಂದು ತಡವರಿಸುತ್ತಲೇ ಹೇಳಿ ಅಮ್ಮನ ಉತ್ತರವನ್ನೂ ಕೇಳದೆ ಫೋನ್ ಕಟ್ ಮಾಡಿ ತಲೆ ಮೇಲೆ ಎರಡೂ ಕೈಗಳನಿಟ್ಟು ನಿಂತಳು.

ಅವಳ ಮನಸ್ಸಿನಲ್ಲಿನ ಪ್ರಶ್ನೆಗಳು ಎಲ್ಲೆ ಮೀರಿ ಹರಿದಂತೆ, ಒಲೆಯ ಮೇಲಿಟ್ಟ ಹಾಲು ಉಕ್ಕಿ ಹರಿಯಲಾರಂಭಿಸಿತು.

ಒಲೆ ಆರಿಸಿ ಸೀದಾ ಸ್ನಾನದ ಕೋಣೆಗೆ ತೆರಳಿ ಶವರ್ ಅನ್ನು ತೆರೆದು, ತಣ್ಣಗಿನ ನೀರು ಅವಳ ತಲೆಯಿಂದ ಸುರಿದು ಹೋಗಲು ಬಿಟ್ಟು ಗರ ಬಡಿದವರಂತೆ ಅದರ ಕೆಳಗೆ ನಿಂತಳು. ಸ್ವಲ್ಪ ಸಮಯದ ನಂತರ ಸ್ನಾನ ಮುಗಿಸಿ ಹೊರ ಬಂದು ಸಮಾಧಾನ ಮಾಡಿಕೊಂಡು, 'ನನ್ನ ಜೀವನದಲ್ಲಿ ಏನು ನಡೆಯುತ್ತಿದೆ ಎನ್ನುವುದನ್ನು ಮೊದಲು ನಾನು ಅರ್ಥ ಮಾಡ್ಕೋತೀನಿ' ಎಂದು ತನಗೆ ತಾನೇ ಹೇಳಿಕೊಳ್ಳುತ್ತಾ, ಮೊಬೈಲ್ನಲ್ಲಿರುವ ಹುಡುಗರ ಫೋಟೋಗಳನ್ನು ಒಂದೊಂದಾಗಿ ನೋಡಿದಳು.

'ಒಂದು ಕೆಲಸ ಮಾಡ್ತೀನಿ, ಸಂಜೆ ಅಮ್ಮನಿಗೆ ಕರೆ ಮಾಡಿ ಹುಡುಗರ ಬಗ್ಗೆ ನಾಳೆ ಹೇಳ್ತಿನಿ ಅಂತ ಹೇಳಿ ತಪ್ಪಿಸಿಕೊಳ್ಳುತ್ತೇನೆ. ಹೇಗಿದ್ದರೂ ಇಂದು ರಾತ್ರಿ ಮಲಗಿದರೆ ಅಲ್ಲಿ ಪುಷ್ಪಾ ಏನು ಉಪಾಯ ಕೊಡುತ್ತಾಳೆ ಅರುಂಧತಿಗೆ ಅಂತ ನೋಡೋಣ. ಹಾಗೆಯೇ ಈ ಎಲ್ಲಾ ಹುಡುಗರ ಫೋಟೋವನ್ನು ನೋಡಿ ಅವರ

ಮುಖಗಳನ್ನ ನೆನಪಿಡ್ತೀನಿ. ಅಲ್ಲಿನ ಪೈಂಟಿಂಗ್ಸ್ ಗೂ ಇವಕ್ಕೂ ಏನಾದರೂ ಸಾಮ್ಯತೆ ಇದೆಯಾ ಅಂತ ನೋಡ್ತೀನಿ. ಇದೇ ಸರಿ, ಈ ರೀತಿ ಮಾಡಿದರೆ ನಂಗೆ ಏನಾಗ್ತಿದೆ ಅಂತ ಸುಳಿವು ಸಿಗತ್ತೆ. ನನ್ನ ಜೀವನವನ್ನು ನಾನು ಹುಡುಕ್ತೀನಿ' ಎಂದುಕೊಂಡು ಆಫೀಸ್‌ಗೆ ಹೊರಡಲು ತಯಾರಾದಳು ನಕ್ಷತ್ರ.

ಅಧ್ಯಾಯ III

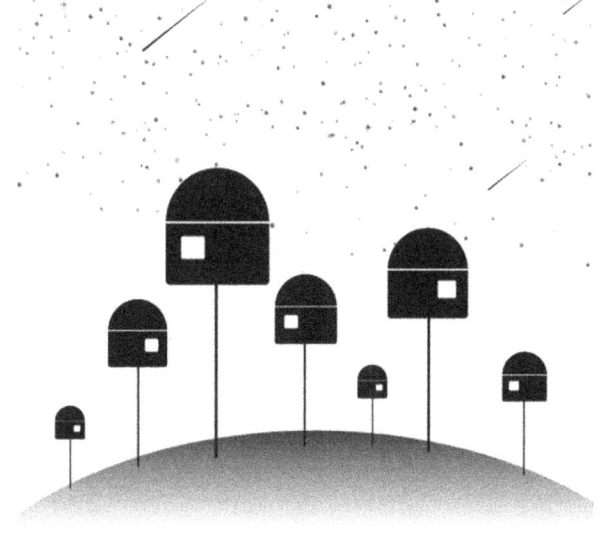

ಕಛೇರಿಗೆ ಹೋಗುವ ಬಸ್ಸು ಹತ್ತಿ, ಅದರೊಳಗಿರುವ ಜನಗಳ ಗುದ್ದಾಟದಲ್ಲೂ, ಟ್ರಾಫಿಕ್ನಲ್ಲಿ ಅರ್ಧ ಘಂಟೆಯಾದರೂ ಒಂದು ಚೂರೂ ಮುಂದೆ ಹೋಗದ ಬಸ್ಸಿನ ಹಬೆಯ ನಡುವೆಯೂ ಅವಳ ತಲೆಯಲ್ಲಿ ಓಡುತ್ತಿದ್ದ ವಿಷಯ ಒಂದೇ, ತಾನು ಅರುಂಧತಿಯಾ? ನಕ್ಷತ್ರ ನಾ? ಅದೇ ಗೊಂದಲದಲ್ಲಿ ಆಫೀಸಿಗೆ ಬಂದ ನಕ್ಷತ್ರ, ಯಾರಿಗೂ ವಿವರಿಸಲಾಗದ ತನ್ನೊಳಗಿನ ಪರಿಸ್ಥಿತಿಯನ್ನು ಹೇಗೋ ತಡೆದಿಟ್ಟು ಕೆಲಸ ಮಾಡಲು ತೊಡಗಿದಳು ಅವಳು.

"Hi NK, **good morning.** ಆಯ್ತಾ ಬ್ರೇಕ್ ಫಾಸ್ಟ್?", ಉತ್ಸಾಹದೊಂದಿಗೆ ಕೇಳಿದಳು ಕುಸುಮ್.

"ಆಯ್ತು ಕುಸುಮ್? ನಿಮ್ದು?" ಎಂದು ಸಪ್ಪೆ ಸ್ವರದಲ್ಲಿ, ತನ್ನ ಕೆಲಸವನ್ನು ಮುಂದುವರೆಸುತ್ತಾ ನಕ್ಷತ್ರ ಮರುಪ್ರಶ್ನಿಸಿದಳು.

"ಎನ್. ಕೆ! ಏನಾಯ್ತು? ಏನೋ ದೊಡ್ಡ ಟೆನ್ಶನ್ನಲ್ಲಿ(ಒತ್ತಡ) ಇರೋ ಹಾಗಿದೆ. Are you alright? ಏನಾಯ್ತು ಹೇಳಿ, ದುಃಖ ಹಂಚಿಕೊಂಡರೆ ಕಡಿಮೆಯಾಗುತ್ತದೆ ಅಂತ ಎಲ್ಲರೂ ಹೇಳುತ್ತಾರೆ. ಪ್ಲೀಸ್ (ದಯಮಾಡಿ) ಏನಾಯ್ತು ಅಂತ ಹೇಳಿ", ಎಂದು ಕಂಪ್ಯೂಟರ್ ಕಡೆಯೇ ದಿಟ್ಟಿಸುತ್ತಾ ಕುಳಿತಿದ್ದ, ನಕ್ಷತ್ರಾಳ ಭುಜ ಸವರುತ್ತಾ ಕೇಳಿದಳು ಕುಸುಮ್.

ಮೊನ್ನೆ ತಾನೇ ಪರಿಚಯವಾದ ಕುಸುಮ್ ನಿಂದ ಈ ರೀತಿಯ ಮಾತುಗಳನ್ನು ನಿರೀಕ್ಷಿಸಿರದ ನಕ್ಷತ್ರ, ಇವಳು ಪುಷ್ಪಾನೇ ಇರಬಹುದು ಎಂದು, ಮನಸ್ಸಿನಲ್ಲಿ ಸಮಾಧಾನವು ನಸುನಗಲು ಅದು ಮುಖದಲ್ಲಿ ಮುಗುಳುನಗೆಯಾಗಿ ಹೊರ ಬಂದಿತು, ಅದೇ

ಭಾವದಲ್ಲಿ ತಿರುಗಿ ಕುಸುಮ್ ನ ಕೈ ಹಿಡಿದು ನಕ್ಷತ್ರ,
"ಏನಿಲ್ಲ ಕುಸುಮ್, ಮನೆಯಲ್ಲಿ ಎಲ್ಲರೂ ಆ ಹುಡುಗನನ್ನ ನೋಡು,
ಈ ಹುಡುಗನ್ನ ನೋಡು ಅಂತ ತಲೆ ತಿನ್ನುತಿದ್ದಾರೆ. ಅದಕ್ಕೆ ಸ್ವಲ್ಪ
ಮೂಡ್(ಮನಸ್ಥಿತಿ) ಆಫ್(ಸರಿಯಿಲ್ಲ) ಅಷ್ಟೇ" ಎಂದಳು.

"ಅಯ್ಯೋ, ಅಷ್ಟೇನಾ tell them, you will see ಅಂತ, ಭೇಟಿ
ಮಾಡಿ ನಂತರ ರಿಜೆಕ್ಟ್(ನಿರಾಕರಿಸು) ಮಾಡಿ. ಏನಾದ್ರೂ ಒಂದು
ಕಾರಣ ಹೇಳಿ, ಸ್ವಲ್ಪ ದಿನ ಹೀಗೆ ಮುಂದುವರೆಸಿ. ನಂತರ
ನೋಡೋಣ ಏನು ಮಾಡೋದು ಅಂತ. ಓಲ್ಡ್ ಟೈಮ್ಸ್ ತರಹ
ಸ್ವಯಂವರವೇನಲ್ಲವಲ್ಲ" ಕಣ್ಣು ಹೊಡೆದು ನಗುತ್ತಾ ಹೇಳಿದಳು
ಕುಸುಮ್.

"ಹ್ಞಾ! but still..." ಎಂದು ತಲೆಯಾಡಿಸಿದರೂ ನಕ್ಷತ್ರ,
ಆಶ್ಚರ್ಯಸೂಚಕ ಚಿಹ್ನೆಗಳೆಲ್ಲಾ ಅವಳ ಮುಖದ ಮೇಲೆ ಒಮ್ಮೆಲೆ
ನಾಟ್ಯವಾಡತೊಡಗಿದವು.

"Chill girl, ತಲೆ ಕೆಡಿಸಿಕೊಳ್ಳಬೇಡಿ", ಎಂದು ನಕ್ಷತ್ರಾಳ
ಕೆನ್ನೆ ಹಿಂಡಿ ತನ್ನ ಸ್ಥಳಕ್ಕೆ ತೆರಳಿದಳು ಕುಸುಮ್.

'ಈ ಉಪಾಯವನ್ನು ಇಲ್ಲಿ ಪ್ರಯೋಗಿಸಬಹುದು, ಆದರೆ
ಅರುಂಧತಿ? ಸರಿ ಈಗ ಅದನ್ನೆಲ್ಲಾ ಯೋಚಿಸಿದರೆ ಮತ್ತೆ
ಮೆಂಟಲ್(ಮನೋರೋಗಿ) ಆಗ್ತೀನಿ, ಕನಸಿನದು ಕನಸಲ್ಲಿ
ನೋಡೋಣ', ಎಂದುಕೊಳ್ಳುತ್ತಾ ಅವಳು ತನ್ನ ಕೆಲಸ
ಪ್ರಾರಂಭಿಸಿದಳು.

ಊಟದ ವೇಳೆಯ ನಂತರ ಕಚೇರಿಯಲ್ಲಿರುವ ಎಲ್ಲರನ್ನೂ ಮ್ಯಾನೇಜರ್, ಕಾನ್ಫರೆನ್ಸ್ ರೂಮಿಗೆ (ಎಲ್ಲರೂ ಸಂಧಿಸಿ ಸಮ್ಮೇಳನ ಮಾಡುವ ಕೊಠಡಿ) ತೆರಳುವ ಸೂಚನೆ ನೀಡಿದ್ದರು. ಎಂದಿನಂತೆ ಕೊನೆಯವಳಾಗಿ ನಕ್ಷತ್ರ ರೂಮಿಗೆ ಹೋದಳು. ಕುಳಿತುಕೊಳ್ಳಲು ಸ್ಥಳವಿಲ್ಲದ ಕಾರಣ, ಕುಸುಮ್ ನ ಬಳಿ ನಿಂತು ಮ್ಯಾನೆಜರ್ ಹೇಳುವುದನ್ನು ಕೇಳತೊಡಗಿದಳು.

"Listen everyone, ಮಿಸ್ಟರ್ ಸೂರ್ಯರವರ ಹುಟ್ಟು ಹಬ್ಬದ ಪ್ರಯುಕ್ತ ನಾಳೆ ಎಲ್ಲರೂ ಪರ್ಪಲ್(ನೇರಳೆ) ಕಲರ್ ನ ಉಡುಗೆಯಲ್ಲಿ ಬರಬೇಕು. ಕ್ಷಮಿಸಿ, ಕೊನೇ ಕ್ಷಣದಲ್ಲಿ ನಿರ್ಧಾರವಾಗಿದ್ದು ಇದು. ಭಾರತದಲ್ಲಿರುವ ಎಲ್ಲಾ ಬ್ರ್ಯಾಂಚ್ ನವರು ಒಂದೇ ಸಮಯದಲ್ಲಿ ವಿಡಿಯೋ ಕಾಲ್ ಮಾಡಿ ಅವರಿಗೆ ಸರ್ಪ್ರೈಸ್ ಕೊಡೋಣ ಅಂತ ಟಾಪ್ ಮ್ಯಾನೇಜ್ಮೆಂಟ್ ನವರು ನಿರ್ಧಾರ ಮಾಡಿದ್ದಾರೆ. So please all of you come in purple tomorrow", ಎನ್ನುತ್ತಿದಂತೆ ನಕ್ಷತ್ರಾಳಿಗೆ ಕಣ್ಣು ಕಪ್ಪಾದಂತಾಗಿ ಪಕ್ಕದಲ್ಲಿದ್ದ ಕುಸುಮ್ ನ ಭುಜ ಹಿಡಿದಳು.

'ನೇರಳೆ ಬಣ್ಣ! ಇವನಿಗೂ ಇಷ್ಟವೇ?! ಇದೇನಿದು ದೇವರೇ' ಎಂದು ಮನಸ್ಸಿನಲ್ಲಿ ಕಿರಚುತ್ತ ತಲೆಯನ್ನು ಹಿಡಿದುಕೊಂಡು ಸಮ್ಮೇಳನದ ಕೊಠಡಿಯಿಂದ ತಕ್ಷಣ ಹೊರನಡೆದಳು.

ಅಲ್ಲಿರುವ ಎಲ್ಲರೂ ಯಾವ ತೊಡುಗೆಯಲ್ಲಿ ಬರಬೇಕೆಂಬ ಚರ್ಚೆಯಲ್ಲಿ ಮುಳುಗಿದ್ದುದರಿಂದ ಇವಳ ಮೇಲೆ ಯಾರೂ ಗಮನ ಹರಿಸಲಿಲ್ಲ. ಕುಸುಮ್ ಕೂಡ ಉತ್ಸಾಹದಲ್ಲಿ ಪಕ್ಕದವರ ಬಳಿ

ಮಾತನಾಡುತ್ತಿದ್ದರಿಂದ, ಇವಳು ಯಾರಿಗೂ ಹೇಳದೆ ತನ್ನ ಜಾಗಕ್ಕೆ ಬಂದದ್ದು ಯಾರೂ ನೋಡಲಿಲ್ಲ. ಬಂದವಳೇ ಒಂದೇ ಸಮನೆ ನೀರು ಕುಡಿಯಲು ಪ್ರಾರಂಭಿಸಿದಳು, ತದ ನಂತರ ಸುಧಾರಿಸಿಕೊಂಡು,

'ನೇರಳೆ ಬಣ್ಣ ನಾ? ಅದೇ ಬಣ್ಣ ಯಾಕೆ? ಏನಾಗ್ತಿದೆ ನನ್ನ ಜೀವನದಲ್ಲಿ? ಹುಚ್ಚಿ ಆಗ್ತೀನಾ ನಾನು? ಯಾವ ಮಾನಸಿಕ ಅವಸ್ಥೆ ಇದು? ದೇವರೇ! ಪ್ಲೀಸ್ ಕಾಪಾಡು', ಎಂದುಕೊಳ್ಳುತ್ತಾ ಹಣೆಯಲ್ಲಿದ್ದ ಬೆವರನ್ನು ಒರೆಸಿಕೊಳ್ಳುತ್ತಿರುವಾಗಲೇ ಕುಸುಮ್ ಬಂದು,

"Oh my god! did you hear that? Purple is his favorite colour ಅಂತೆ ಎನ್.ಕೆ. So classy, no? ನಮ್ ಸಿ.ಈ.ಓ ಗೆ ಒಳ್ಳೇ ಟೇಸ್ಟ್ ಇದೆ, ಏನಂತೀಯಾ?" ಎಂದು ಕೇಳಿದಳು.

"Yesss… He is… He has great taste. ಸರಿ ಕುಸುಮ್, ನಾನು ಬೇಗ ಹೊರಡಬೇಕು, ನಾಳೆ ಸಿಗೋಣ ಬಾಯ್", ಎಂದು ತಡವರಿಸುತ್ತಾ ನುಡಿದು, ಗಡಿಬಿಡಿಯಲ್ಲಿ ತನ್ನ ಬ್ಯಾಗಿಗೆ ಎಲ್ಲಾ ಸಾಮಾನುಗಳನ್ನು ಹಾಕಿಕೊಂಡು ಅದನ್ನು ಹೆಗಲಿಗೇರಿಸಿ ಹೊರಟೇ ಬಿಟ್ಟಳು ನಕ್ಷತ್ರ.

ಇದು ಸ್ವಲ್ಪ ವಿಚಿತ್ರವೆನಿಸಿದರೂ ಕುಸುಮ್, ಏನೋ ಬೆಳಗ್ಗಿನಿಂದಲೇ ಮೂಡ್ ಸರಿಯಿಲ್ಲವಲ್ಲ ಅದಕ್ಕೆ

ಹೋಗಿರಬೇಕೆಂದುಕೊಂಡು, "ಬಾಯ್! See you tomorrow", ಎಂದು ಹೇಳಿ ತನ್ನ ಸ್ಥಳಕ್ಕೆ ಹೊರಟಳು.

ಕಚೇರಿಯಿಂದ ಹೊರಗೆ ಬರುತ್ತಲೇ ಧೀರ್ಘಶ್ವಾಸ ಬಿಡುತ್ತಾ, ಬಸ್ಸಿಗೆ ಕಾಯದೆ ಸೀದಾ ಕ್ಯಾಬ್ ಹತ್ತಿ ಮನೆ ಸೇರಿದಳು ನಕ್ಷತ್ರ. ಇನ್ನೂ ಸಾಯಂಕಾಲ ಘಂಟೆ ಐದೇ ಆಗಿದ್ದರಿಂದ ಕಾಫಿ ಮಾಡಿ ನಿಧಾನವಾಗಿ ಅದನ್ನು ಹೀರುತ್ತಾ ಸೋಫಾ ಮೇಲೆ ಕುಳಿತಳು. ಬೇಡವೆಂದರೂ ಅವೇ ಆಲೋಚನೆಗಳು, ಅವೇ ಮುಖಗಳು ಕಣ್ಮುಂದೆ ಬರುತ್ತಿದ್ದವು. ಗಮನ ಬೇರೆ ಕಡೆ ಹರಿಸಲು ದೂರದರ್ಶನದಲ್ಲಿ ಯಾವುದೋ ಒಂದು ಹಾಡಿನ ಚಾನಲ್ ಹಾಕಿ ಹಾಗೆ ಹಿಂದಕ್ಕೆ ಒರಗಿದಳು.

ಏನೋ ಹಠಾತ್ ಎಚ್ಚರವಾಗಿ ಕಣ್ಣು ಬಿಡುತ್ತಿದ್ದಂತೆಯೇ ಛಾವಣಿ ಬದಲು ನಕ್ಷತ್ರ ತುಂಬಿದ ವಿಶಾಲವಾದ ಆಗಸ, ಕಣ್ಣನ್ನೊಮ್ಮೆ ಒರೆಸಿಕೊಂಡು ಮತ್ತೆ ತೆಗೆದರೆ ಅವಳ ಮನೆಯ ಅದೇ ಕಾಂಕ್ರೀಟಿನ ಛಾವಣಿ. 'ಅಬ್ಬಾ! ಸಧ್ಯ, ಇಲ್ಲಿಯೇ ಇದ್ದೀನಿ', ಎಂದುಕೊಂಡು ಗಡಿಯಾರ ನೋಡಲು ಘಂಟೆ ಆರಾಗಿತ್ತು. 'ಸಣ್ಣ ಜೋಂಪು ಬಂದಿರಬೇಕು', ಎಂದುಕೊಂಡು ಅಡುಗೆ ಮಾಡಲು ತಯಾರಾದಳು.

ಮನೆಗೆ ಕಾಲ್ ಮಾಡಿ ಅಮ್ಮನ ಬಳಿ, 'ನಾಳೆ ಹುಡುಗರ ಬಗ್ಗೆ ಅಭಿಪ್ರಾಯ ಹೇಳುತ್ತೇನೆ ಅಮ್ಮಾ, ಇಂದು ಕಚೇರಿಯಲ್ಲಿ ತುಂಬಾ ಕೆಲಸವಿತ್ತು' ಎಂದು ಮೊದಲೇ ನಿರ್ಧರಿಸಿದಂತೆ ನೆಪ ಹೇಳಿದಳು.

ಘಂಟೆ ಒಂಭತ್ತಕ್ಕೆಲ್ಲಾ ಊಟ ಮಾಡಿ, ಎಲ್ಲಾ ಕೆಲಸಗಳನ್ನು ಮುಗಿಸಿ ಹಾಸಿಗೆ ಮೇಲೆ ಕುಳಿತಳು. ನಿದ್ರೆ ಬರುವವರೆಗೂ ಯಾವುದಾದರೊಂದು ಒಳ್ಳೆ ಸಿನಿಮಾ ನೋಡೋಣವೆಂ-ದುಕೊಂಡು ಮೊಬೈಲ್ ತೆಗೆದು, ಕಿವಿಗೆ ಇಯರ್ ಫೋನ್ ಚುಚ್ಚಿ ತಲೆಯನ್ನು ದಿಂಬಿಗೆ ಒರಗಿಸಿದಳು. ಯಾವುದೋ ಜೋರಾದ, ವಿಚಿತ್ರವಾದ, ತೀಕ್ಷ್ಣವಾದ ಸೈರನ್ ರೀತಿಯ ಸದ್ದು ಕೇಳಿದಂತಾಗಿ ಕಣ್ಣು ಬಿಡಲು, ಸಾಯಂಕಾಲ ಕಂಡ ಮತ್ತದೇ ನಕ್ಷತ್ರಗಳು ತುಂಬಿದ ಆಗಸ ಕಂಡಿತು. ಎದ್ದು ಕುಳಿತು, ಪಕ್ಕಕ್ಕೆ ನೋಡಿದಳು. ಅವಳಿದ್ದ ಕೋಣೆಯು ಕೇವಲ ಬಿಳಿ ಗಾಜಿನಲ್ಲಿ ಕಟ್ಟಿದಂತೆ, ಪೂರ್ಣವಾಗಿ ಮುಚ್ಚಿದಂತೆ ಇದ್ದರೂ, ಗಾಳಿಗೇನೂ ಕೊರತೆಯಿರಲಿಲ್ಲ. ಎದುರಿಗೆ ಒಂದು ಅಂಡಾಕಾರದ ಕಿಟಕಿಯಂತಿರುವ ಸ್ಥಳ ಮತ್ತು ಆಕಾಶದಂತಹ ಛಾವಣಿ ಕಾಣುತಿತ್ತು. ಕಿಟಕಿಯಲ್ಲಿ ಅವಳು ನೋಡಲು, ಆಗಾಗ ಮಿಂಚಿನಂತೆ ಓಡುತಿದ್ದ ಬೆಳಕಿನ ಗೆರೆಗಳು ಕಾಣುತ್ತಿದ್ದವು. ಅದೂ ಬಣ್ಣ ಬಣ್ಣದ್ದು. ಆದರೆ ಆ ಗೆರೆಗಳು ಬಹಳ ವೇಗವಾಗಿ ಮಾಯವಾಗುತ್ತಿದ್ದವು. ಕೋಣೆಯಲ್ಲಿ ಮಂಚ ಬಿಟ್ಟು ಬೇರೆ ಯಾವ ಪೀಠೋಪಕರಣಗಳು ಇರಲಿಲ್ಲ.

ಮತ್ತದೇ ಸೈರನ್ ಶಬ್ಧ ಕೇಳಿಬರಲು. ಸೂಕ್ಷ್ಮವಾಗಿ ಗಮನಿಸಿದಳು ಆ ಸದ್ದು ಬರುತ್ತಿದ್ದದ್ದು ಅವಳ ಚೌಕಾಕಾರದ ಬಿಳಿಯ ಹೊಳೆಯುವ ಮಂಚದ ಕೆಳಗಿನಿಂದ ಹೊರಗೆ ಬಂದ ಚೌಕಾಕಾರದ ಟಿ.ವಿ ರೀತಿಯ ಸ್ಕ್ರೀನ್(ಪರದೆ) ನಿಂದ.

ಅದನ್ನು ದಿಟ್ಟಿಸಿ ನೋಡುತ್ತಿರುವಾಗಲೇ, ಒಂದು ಹುಡುಗಿಯ ಸ್ವರ, "ಹಾಯ್ ಕಮಾಂಡರ್ ಮಾಯಿಯ, ಸಮಯ ಐದು ಘಂಟೆ, ಸೊನ್ನೆ ನಿಮಿಷ. ಮುಂದಿನ ಎರಡು ಘಂಟೆಗಳೊಳಗೆ ಕಮಾಂಡರ್ ನೋವ ನಿಮ್ಮನ್ನು ಭೇಟಿ ಮಾಡಲು ಬರುತ್ತಾರೆ. ಅವರಿಗಾಗಿ ಮಾಡಿದ ಅರೇಂಜ್ಮೆಂಟ್ಸ್ (ವ್ಯವಸ್ಥೆಗಳು) ಈ ಕೆಳಗಿನಂತಿವೆ" ಎನ್ನುತ್ತಿದಂತೆ, ಸ್ಕ್ರೀನ್ ನಲ್ಲಿ 'Arrangements for Nova' ಎಂಬ ಶೀರ್ಷಿಕೆ ಹೊಂದಿದ್ದ ಪಟ್ಟಿ ಹೊಳೆದು ಬಂತು.

ಅದನ್ನು ಓದಿದ ಅವಳಿಗೆ ಏನೂ ಅರ್ಥವಾಗದೆ ಇದ್ದರೂ, ಎಲ್ಲವೂ ತಾನು ಮುಂಚೆ ಎಲ್ಲೋ ನೋಡಿದ ಹಾಗೂ, ತಾನೇಖುದ್ದಾಗಿ ತಯಾರಿಸಿದಂತೆನಿಸಿತು. "ಧನ್ಯವಾದ ಎಲಾರ, ಈಗ ಇಷ್ಟು ಸಾಕು", ಎಂದು ತನಗೇ ತಿಳಿಯದಂತೆಯೇ ಅವಳು ಹೇಳಿದ ತಕ್ಷಣ ಆ ಪರದೆ ಮಂಚದ ಕೆಳಗೆ ಮಾಯವಾಯಿತು.

'ಅರುಂಧತಿ, ನಕ್ಷತ್ರಾನೇ ಪರವಾಗಿಲ್ಲ. ಇದ್ಯಾವ ಜಗತ್ತು ದೇವರೇ? ಮಾಯಿಯ? ಈ ಮಾಯಿಯ ಎನ್ನುವ ಹೆಸರಿನ ನಾನು ಯಾರಿಲ್ಲಿ?', ಎಂದುಕೊಳ್ಳುತ್ತಾ ಮಂಚದಿಂದ ಕೆಳಗಿಳಿಯುತ್ತಲೇ ಕೆಳಗಿದ್ದ ನೆಲವನ್ನು ನೋಡಿ ಬೆಚ್ಚಿದಳು. ನೆಲದ ಬದಲು ಅಲ್ಲಿದ್ದದ್ದು ಒಂದು ಪಾರದರ್ಶಕ ಪರದೆ. ಒಂದು ತೆಳುವಾದ ಕೋಲಿನ ಮೇಲೆ ನಿಂತಿರುವ ಪರದೆ. ಅವಳಕೋಣೆಯ ನೆಲವು ಪಾರದರ್ಶಕ ಎಂದು ಅರಗಿಸಿಕೊಳ್ಳಲು ಅವಳಿಗೆ ಸ್ವಲ್ಪ ಸಮಯ ಬೇಕಾಯಿತು. ಮಂಚದಿಂದ ಇನ್ನೇನು ಇಳಿಯಬೇಕು ಕೆಳಗೆ ಬಿಳಿಯ ಚೌಕ ಮಿಂಚಿ ಬಂತು. ಅದರ ಮೇಲೆ ನಿಧಾನವಾಗಿ ಕಾಲಿಟ್ಟಳು. ಆಗಲೇ ಒಂದು

ಬಿಳಿಯ ಹೊಳೆಯುವ ಉದ್ದನೆಯ ವಸ್ತ್ರ(ಮೇಲಂಗಿ ರೀತಿಯ ವಸ್ತ್ರ) ಅವಳ ಭುಜಕ್ಕೆ ತಾನಾಗೇ ಅಳವಡಿಕೆಯಾಯಿತು. ಅದು ಅವಳ ದೇಹವನ್ನು ಮುಚ್ಚಿದ್ದ, ಬಿಳಿಯ ಬಣ್ಣದ, ಮೈಗೆ ಅಂಟಿಕೊಂಡಿದ್ದ ಬಟ್ಟೆಯಂತೆಯೇ ಹೊಳೆಯುತ್ತಿತ್ತು. ಆದರೆ ಅದರ ತುದಿಗಳಲ್ಲಿ ಮಾತ್ರ, ನೀಲಿ ವಜ್ರಗಳು ನೇತಾಡುತ್ತಿದ್ದವು.

ಹಾಗೇ ಮುಂದೆ ಬರಲು ಬಿಳಿಯ ಚೌಕಗಳು ಹೊಳೆದು ಬರುತ್ತಿದ್ದವು. ಸ್ವಲ್ಪ ಮುಂದೆ ಬರಲು ಅವಳಿಗೆ ಕಂಡದ್ದು ನೀಲಿ ಬಣ್ಣದ ಚೌಕ ತನಗೆ ಗೊತ್ತಿಲ್ಲದಂತೆಯೇ ಅವಳ ಕಾಲು, ಸೀದಾ ಅದರ ಮೇಲೆ ಹೋಯಿತು. ಅದರ ಮೇಲೆ ನಿಲ್ಲಲು, ನೀಲಿ ಬಣ್ಣದ ಬೆಳಕಿನ ಕತ್ತಿಯಂತಹ ಒಂದು ಹೊಳೆಯುವ ಸಾಧನ ಅವಳ ಸೊಂಟಕ್ಕೆ ಸುತ್ತಿಕೊಂಡು ಅದು ತಕ್ಷಣ ಬೆಲ್ಟಾಗಿ (ಸೊಂಟಪಟ್ಟಿ) ಮಾರ್ಪಾಡಾಯಿತು. ಹಾಗೇ ಮುಂದೆ ನಡೆಯಲು ಕಂಡದ್ದು ಕನ್ನಡಿಯಂತಹ ಚೌಕ. ಅದರ ಮೇಲೆ ಅವಳ ಕಾಲು ಚಲಿಸುತ್ತಲೇ ಕನ್ನಡಿ (ಆದರೆ ಅದೂ ಕೂಡ ತೆಳುವಾದ ಪರದೆ) ಅವಳ ಮುಂದೆ ಪ್ರತ್ಯಕ್ಷ ವಾಯಿತು. ತನ್ನನ್ನು ತಾನೇ ನಂಬಲಾಗುತ್ತಿಲ್ಲ ಅವಳಿಗೆ. ಅಷ್ಟೊಂದು ಪ್ರಶ್ನೆಗಳೊಂದಿಗೆ ಅವಳು ನೋಡುತ್ತಿದ್ದರೂ ಅವಳ ಮುಖದಲ್ಲಿ ಯಾವ ಭಾವ ವ್ಯತ್ಯಾಸವೂ ತೋರುತ್ತಿರಲಿಲ್ಲ.

'ಇದು ಯಾವ ಲೋಕ? ಇಲ್ಲಿ ನಾನೇನು ಮಾಡುತ್ತಿರುವೆ? ನನ್ನ ಮುಖದ ಭಾವನೆಗಳೇಕೆ ವ್ಯಕ್ತವಾಗುತ್ತಿಲ್ಲ? ಭಾವಗಳೇ ತೋರದ ಲೋಕವೇ ಇದು?', ಎಂದು ಏನೆಲ್ಲಾ ಆಲೋಚಿಸಿದರೂ ಭಾವ ವ್ಯತ್ಯಾಸವಾಗದ ತನ್ನ ಮುಖವನ್ನೊಮ್ಮೆ ಮುಟ್ಟಿದಳು.

ಅವಳ ಕೈಗಳನ್ನು ಆವರಿಸಿದ್ದ ಬಿಳಿಯ ಹೊಳೆಯುವ ಕವಚ ಹಾಗು ಅದಕ್ಕಂಟಿದ್ದ ನೀಲಿ ವಜ್ರಗಳು ಚರ್ಮಕ್ಕೆ ಮುಟ್ಟಿದರೂ ಏನೂ ಮುಟ್ಟದ ಅನುಭವ ಅವಳಿಗಾಯಿತು.

ತನ್ನ ಮುಖದಲ್ಲಿ ಒಂದಷ್ಟೂ ಕಲೆ ಇಲ್ಲ. ತಿದ್ದಿ ತೀಡಿದಂತಹ ಕಣ್ಣು, ಮೂಗು, ಸದಾ ಮಂದಸ್ಮಿತವಿರುವ ತುಟಿಗಳು ಎಲ್ಲವನ್ನು ಯಾರೋ ಅಳತೆಯಿಟ್ಟು ಬರೆದಂತಿತ್ತು. ಅವಳ (ನಕ್ಷತ್ರ /ಅರುಂಧತಿ) ಮುಖವೇ ಅಲ್ಲವಾಗಿತ್ತು ಅದು.

ಹಾಗೆಯೇ ಕಾಲುಗಳು ಮುಂದಕ್ಕೆ ಚಲಿಸಲು ಕನ್ನಡಿಯೊಳಗೆ ಅವಳು ನಡೆದಳು. ಅದನ್ನು ದಾಟುತ್ತಲೇ ಪರದೆ ಮಾಯವಾಗಿ ನೆಲ ಸೇರಿತು. ಈ ಲೋಕವನ್ನು ಅವಳು ಯಾವುದೇ ಸಿನಿಮಾಗಳಲ್ಲೂ ಕಂಡಿರಲಿಲ್ಲ. ಇದೇನು ಭ್ರಮೆಯೋ? ಕನಸೋ? ಮತ್ತೊಂದು ನನಸೋ? ಗೊತ್ತಾಗದಂತೆ ಅಂಡಾಕಾರದ ಕಿಟಕಿಯ ಬಳಿ ಬಂದು ಕೆಳಗೆ ನೋಡಲು,

ತನ್ನ ಕೋಣೆಯೋ/ಮನೆಯೋ, ಒಂದು ತೆಳುವಾದ ತಳ ಕಾಣದ ನೀಲಿ ಬೆಳಕಿನ ಕೋಲಿನ ಮೇಲೆ ನಿಂತಿದೆ, ಒಮ್ಮೆಲೇ ಈ ಪರಿಕಲ್ಪನೆ ಭಯ ಹುಟ್ಟಿಸಿದರೂ, ಕೆಳಗೆ ನೋಡಲು ಇದೇ ರೀತಿಯ ಬೇರೆ ಬಣ್ಣದ ಬೆಳಕಿನ ಕಂಬಗಳ ಮೇಲೆ ಬಣ್ಣ ಬಣ್ಣದ ಮನೆಗಳಿದ್ದವು.

ಎಲ್ಲಾ ಮನೆಗಳ ಛಾವಣಿ ಬಣ್ಣ ಬದಲಾಗುವ ಪರದೆಯದ್ದಾಗಿತ್ತು. ಕುತ್ತಿಗೆ ಎತ್ತಿ ನೋಡಲು ನಕ್ಷತ್ರ ತುಂಬಿದ ಛಾವಣಿ ಬದಲಾಗಿ ಬಿಳಿ ಹಾಲಿನ ಮೇಲೆ ಒಂದೆರಡು ಹನಿ ನೀಲಿ

ಬಣ್ಣವನ್ನು ಹಾಕಿದಾಗ ಆದಂತಹ ವಿಚಿತ್ರ ಆದರೂ ಸುಂದರ ಬಣ್ಣದಾಗಿತ್ತು.

ಅಲ್ಲಿ ಬೆಳಕಿನ ಮನೆಗಳನ್ನು ಬಿಟ್ಟರೆ ಕಂಡದ್ದು ಆಗಾಗ ಹೊಳೆದು ಮಾಯವಾಗುವ ಬೆಳಕಿನ ಗೆರೆಗಳು ಮತ್ತು ಕೆಲವು ಕಡೆ ಕಾಣುತ್ತಿದ್ದ ಕೆಂಪು ಬಣ್ಣದ ಚೌಕಗಳು. ಅವಳು ದಿಟ್ಟಿಸಿ ಆ ಗೆರೆಗಳನ್ನು ನೋಡಲು, ಅವೆಲ್ಲಾ ಒಂದೊಂದು ಆಕಾರದ ವಾಹನಗಳಾಗಿದ್ದವು. ಪರದೆಯಂತ ಬೆಳಕಿನ ವಾಹನಗಳು, ಅದರ ವೇಗ ಸಾಧಾರಣ ಮಾನವನ ಕಣ್ಣಿಗೆ ಕಾಣಲು ಅಸಾಧ್ಯ ಎಂಬುದು ಮಾತ್ರ ಅವಳು ತಿಳಿದಳು. ಆಗಷ್ಟೇ ಅವಳಿಗೆ ತಿಳಿದದ್ದು ಅವಳು ದಿಟ್ಟಿಸಿ ನೋಡಲು ಪ್ರಾರಂಭಿಸುವಾಗ ಮಾತ್ರ ಅವಳ ಕಣ್ಣ ಮುಂದೆ ಬಂದು ಹೋಗುವ ಕನ್ನಡಕವನ್ನು.

'ಈ ಲೋಕದಲ್ಲಿ ನಾನು ಮನುಷ್ಯಳೋ? ಈ ಲೋಕವೂ ಪರಿಚಿತವಾದಂತೆ ತೋರುತ್ತಿದೆಯಲ್ಲಾ? ನಾನು ಅನ್ಯಗ್ರಹದ ಜೀವಿಯೋ ಎನ್ನುವ ಸಂಶಯವಾಗುತ್ತಿದೆಯಲ್ಲ ದೇವರೇ!! ಬೇರೆ ಕನಸಿನಂತೆ ಈ ಲೋಕದಲ್ಲೂ ಎಲ್ಲಾ ತಿಳಿದಿದೆ, ನನಗೆ ಏನಾಗುತ್ತಿದೆ? ಏಕೆ ಈ ರೀತಿಯ ಮರೆವು? ಅಥವಾ ವಿಚಿತ್ರವಾದ ನೆನಪಿರಬಹುದೇ? ಹಲವು ಬದುಕುಗಳನ್ನು ಹೇಗೆ ಒಟ್ಟಿಗೆ ಬದುಕುತ್ತಿರುವೆ? ಇಷ್ಟು ದಿನಗಳಾದ ಮೇಲೆ ಈ ರೀತಿಯಾಗಲು ಕಾರಣವೇನು?', ಎಂದುಕೊಳ್ಳುತ್ತಿರುವಾಗಲೇ ಮತ್ತೆ ಮಂಚದ ಕೆಳಗಿದ್ದ ಪರದೆ ಬಂದು,

"ಕಮಾಂಡರ್ ನೋವ ಬಂದಿದ್ದಾರೆ, password to open the door please Mayiya", ಎಂದು ಕೇಳಿತು.

ಎಷ್ಟು ಬೇಗ ಎರಡು ಘಂಟೆಗಳು ಕಳೆದುಹೋದವು ಎಂದುಕೊಳ್ಳುತ್ತಾ ತಾನಾಗೇ, "ಲೂನಾ345" ಎಂದಳು ಮಾಯಿಯ.

ಒಂದು ಬಿಳಿ ಬೆಳಕಿನ ಕಡ್ಡಿ ಗಾಜಿನ ಗೋಡೆಯಲ್ಲಿ ಚೌಕಾಕಾರವಾಗಿ ಬಾಗಿಲಿನಂತೆ ತೆರೆಯಿತು.

"ಹಾಯ್! ಮಾಯಿಯ. ನಾಳೆಗೆ ನಮ್ಮ 6060 ಇಯರ್ ಗ್ರೂಪಿನ ಕಮಾಂಡರ್ (ವರುಷದ ಮುಖಂಡ ಗುಂಪಿನ) ತರಬೇತಿ ಪೂರ್ಣಗೊಳ್ಳಲಿದೆಯಲ್ಲಾ, ನನಗಂತು ತುಂಬಾ ಭಯವಿದೆ.

ವಾರಿಯರ್ ಗ್ರೂಪ್ ಸೆಲೆಕ್ಷನ್ ಗೆ (ಯೋಧ ಗುಂಪಿನ ಆರಿಸುವಿಕೆ) ಇರೋದು ಇನ್ನು 48 ಘಂಟೆಗಳು ಮಾತ್ರ. ಇಂದು ನಾವಿಬ್ಬರು ಸೀನಿಯರ್ 'ಕಾಸ್ಮೋ, ದಿ ಗ್ರೇಟ್ ವಾರಿಯರ್(ಶ್ರೇಷ್ಠ ಯೋಧ)' ಬಳಿ ತೆರಳೋಣ. ಅವನೇನೋ!

ಕ್ಷಮಿಸಿ, ಅವರೇನೋ ಕೆಲವು ಮುಖ್ಯ ಸೂಚನೆಗಳು ಕೊಡುತ್ತಾರಂತಲ್ಲ ನೆನಪಿದೆಯಲ್ಲಾ? ನೀವು ಮರೆತರೂ ಅವರು ಮರೆಯೋಲ್ಲ ಬಿಡಿ. ಕಾಸ್ಮೋಗಿರುವ ನಿಮ್ಮ ಮೇಲಿನ ಇಷ್ಟ ತುಂಬಾ ಜನರ ಹೊಟ್ಟೆ ಉರಿಸಿದೆ" ಎಂದಳು ನೋವ.

ನೋವಾಳ ಮುಖದಲ್ಲೂ ಮಂದಸ್ಮಿತ ಬಿಟ್ಟು ಬೇರೇನೂ ಇರಲಿಲ್ಲ, ಆದರೆ ನೋವಾ ನೋಡಲು ಕುಸುಮ್ ನ ರೀತಿಯೇ

ಇದ್ದಳು. ಅದೇ ತಿದ್ದಿಟ್ಟ ಮುಖ, ಆದರೆ ಭಾವಗಳಿಲ್ಲದ್ದು. ಅವಳು ಹಾಕಿದ ವಸ್ತ್ರ ಹಸಿರು ಬಣ್ಣದ್ದು ಹಾಗು ಬೆಳಕಿನ ಸೊಂಟದ ಪಟ್ಟಿಯ ಬಣ್ಣ ಬಿಳಿಯದ್ದು. ಬಹಳ ಸುಂದರವಾಗಿ ಕಾಣುತ್ತಿದ್ದಳು ನೋವಾ.

ಕಣ್ಣು ಮಿಟುಕಿಸದೆ ಆಶ್ಚರ್ಯದೊಂದಿಗೆ ನೋವಾಳನ್ನೇ ನೋಡುತ್ತಿದ್ದ ಮಾಯಿಯಾಳಿಗೆ (ನಕ್ಷತ್ರ/ಅರುಂಧತಿ) ತನ್ನ ಕಣ್ಣನ್ನೇ ನಂಬಲಾಗದಾಯಿತು. ಆದರೆ ಯಾವ ಭಾವನೆಯೂ ಮುಖದಲ್ಲಿ ಕಾಣದ ಆ ಲೋಕದಲ್ಲಿ ಅವಳ ತಲೆಯಲ್ಲಿ ಮಾತ್ರ ಭಾವಗಳು ವ್ಯಕ್ತವಾಗುತ್ತಿದ್ದವು.

"ನೋವಾ! ಕಾಸ್ಮೋರವರಿಗೆ ಒಳ್ಳೆಯ ಕಮಾಂಡರ್ ಗಳೆಂದರೆ ಇಷ್ಟ ಅಷ್ಟೇ, ಬೇರೇನೂ ಇಲ್ಲ. ನನ್ನಂತೆ 'ಟಾಪ್ ಸ್ಟೂಡೆಂಟ್' (ಉನ್ನತ ಶಿಷ್ಯ) ಆಗಿ, ಅವರ ಫೆವರೇಟ್ ನೀವೂ ಆಗುವಿರಿ", ಎಂದಳು ತಲೆಯೊಳಗೆ ನಗುತ್ತಾ ಮಾಯಿಯ, ತನಗೆ ಅರಿವಿಲ್ಲದಂತೆಯೇ.

ಒಂದು ಕಡೆ ಭಾವಗಳು ವ್ಯಕ್ತವಾಗುತ್ತಲೇ ಇಲ್ಲ, ಇನ್ನೊಂದೆಡೆ 'ಏನಾಗುತ್ತಿದೆ ತನಗೆ?' ಎಂದು ತಿಳಿಯದ ಇನ್ನೆರಡು (ನಕ್ಷತ್ರ/ ಅರುಂಧತಿ) ಪಾತ್ರಗಳು ಗೊಂದಲದಲ್ಲಿ ಒದ್ದಾಡುತ್ತಿದ್ದವು ಅವಳ ತಲೆಯೊಳಗೆ.

"ಹೊರಡೋಣ ಮಾಯಿಯ, ತಡವಾಗಿ ಹೋಗುವುದು ಸರಿಯಲ್ಲ. ಬಾಯ್ ಎಲಾರ", ಎಂದು ನೋವ, ಅಂಡಾಕಾರದ ಕಿಟಕಿಯ ಕಡೆ ಚಲಿಸಲಾರಂಭಿಸಿದಳು.

"ಎಲ್ಲಾರ, ಲೂನಾ 456", ಮಾಯಿಯ ಹೇಳುತ್ತಿದ್ದಂತೆಯೇ ಮತ್ತೊಂದು ಬಿಳಿ ಬಣ್ಣದ ಬೆಳಕು, ಕಿಟಕಿಯ ಸ್ವಲ್ಪ ಹತ್ತಿರದಲ್ಲಿಯೇ ಅರ್ಧ ಚಂದ್ರಾಕಾರದ ಬಾಗಿಲಾಗಿ ತೆರೆಯಿತು.

ಇಬ್ಬರೂ ಅದನ್ನು ದಾಟಲು ಅಲ್ಲಿದ್ದದ್ದು ಒಂದು ಸಣ್ಣ ಕೋಣೆ, ಅದರೊಳಗೆ ಕಂಡದ್ದು ಜ್ರಾಕಾರದ ನೀಲಿಯ ವಾಹನ. ವಾಹನದ ಒಂದು ತುದಿಯಲ್ಲಿ

'ಅಟ್ಲಾಸ್' ಎಂದು ನೀಲಿಯ ವಜ್ರಗಳಿಂದ ಬರೆಯಲಾಗಿತ್ತು. ಮಾಯಿಯ ಹೆಸರಿದ್ದ ತುದಿಯನ್ನು ಮುಟ್ಟುತ್ತಿದ್ದಂತೆಯೇ ವಾಹನದ ಬಾಗಿಲು ತೆರೆದುಕೊಂಡಿತು ಅದರ ಜೊತೆಗೆ ವಾಹನವಿದ್ದ ಕೋಣೆಯ ಮತ್ತೊಂದು ಬಾಗಿಲು ವಜ್ರಾಕಾರದಲ್ಲಿ ತೆರೆದುಕೊಂಡಿತು. ಇಬ್ಬರೂ ವಾಹನದಲ್ಲಿ ಕುಳಿತರು.

"ಹಾಯ್ ಮಾಯಿಯ! ಎಲ್ಲಿಗೆ?" ಎನ್ನಲು ವಾಹನ, "ಹೆಲೋ ಅಟ್ಲಾಸ್, ವಾರಿಯರ್ ಕಾಸ್ಮೋ ಮನೆಗೆ" ಎನ್ನುತ್ತಿದಂತೆಯೇ ಬಾಗಿಲು ಮುಚ್ಚಿ ಕ್ಷಣವೇಗದಲ್ಲಿ ಮತ್ತೆ," ತಲುಪಿದ್ದೇವೆ ಮಾಯಿಯ" ಎಂದಿತು ವಾಹನ.

ವಾಹನವು, ಮನೆಯ ಎದುರಿಗೆ ನಿಲ್ಲಿಸದೆ ಕೊಂಚ ದೂರದಲ್ಲಿ ಅವರನ್ನು ಇಳಿಸಿತು. ಇಬ್ಬರೂ ಕೆಳಗಿಳಿದು ನಡೆಯುತ್ತಿದ್ದಂತೆ ಕಾಲುಗಳ ಕೆಳಗೆ ಕೆಂಪು ಬಣ್ಣದ ತ್ರಿಕೋನಗಳು ಮೂಡಿ ರಸ್ತೆಯಾಗುತ್ತಿದ್ದವು. ಅವಳು ಮೊದಲು ಕಂಡ ಕೆಂಪು ಬಣ್ಣಗಳು ಇವೆ ಎಂದುಕೊಂಡಳು. ಅವಳಿಗೆ ಕಪ್ಪು ಆಕಾಶದಲ್ಲಿ ಕೆಂಪು ತಟ್ಟೆಯ ಮೇಲೆ ತೇಲುತ್ತಿದ್ದಂತೆ ಅನಿಸಿತು.

ಹಲವು ನಕ್ಷತ್ರಗಳು ಕಪ್ಪು ಆಗಸದಲ್ಲಿ ಮಿನುಗುತ್ತಿದ್ದವು, ಹತ್ತಿರದಲ್ಲಿ ಹೊಳೆದು ಮಾಯವಾಗುವ ಬೆಳಕಿನ ಗೆರೆಗಳು ಹಾಗೂ ಕೆಂಪು ತ್ರಿಕೋನಗಳು ಅಲ್ಲಲ್ಲಿ ಕಾಣ ಸಿಗುತ್ತಿದ್ದವು. ಮನೆಯ ಮುಂದೆ ನಿಲ್ಲುತ್ತಿದಂತೆ. ನೇರಳೆ ಬಣ್ಣದ ಬೆಳಕಿನ ಕಡ್ಡಿ ಒಂದು ಚೌಕಾಕಾರದ ಬಾಗಿಲಾಗಿ ತೆರೆಯಿತು ಅವರ ಮುಂದೆ. ಒಳಗೆ ಹೋಗಲು ಇವಳ ಮನೆಗಿಂತಲೂ ಎರಡು ಪಟ್ಟು ದೊಡ್ಡ ಕೋಣೆ ಮತ್ತು ಒಂದು ಮೂಲೆಯಲ್ಲಿ ಕಂಡದ್ದು ಹೊಳೆವ ಮಂಚ, ಅದೂ ನೇರಳೆ ಬಣ್ಣದ್ದು.

ಅವರು ಸ್ವಲ್ಪ ಮುಂದೆ ಹೋಗಿ ನಿಲ್ಲಲು, "ಮಾಯಿಯ ಮತ್ತು ನೋವ ಸ್ವಾಗತ, ಕುಳಿತುಕೊಳ್ಳಿ" ಎಂದು ನೇರಳೆ ಬಣ್ಣದ ಉಡುಪು, ತಲೆಯ ಹಾಗು ಸೊಂಟದ ಸುತ್ತ, ತೆಳು ನೀಲಿ ಬಣ್ಣದ ಬೆಳಕಿನ ಪಟ್ಟಿಯನ್ನು ಧರಿಸಿದ್ದ ಸುಂದರವಾದ ಯುವಕ 'ಕಾಸ್ಮೋ' ಮನೆಯ ಇನ್ನೊಂದು ಮೂಲೆಯ ಕಡೆ ಬೊಟ್ಟು ಮಾಡಲು, ಒಂದು ನೇರಳೆ ಚೌಕದಿಂದ ಮೂರು ಕುರ್ಚಿಗಳು ಹಾಗು ಒಂದು ಮೇಜು, ಅವುಗಳ ನಡುವಿನಲ್ಲಿ ಪ್ರತ್ಯಕ್ಷವಾಯಿತು.

ಮೂವರು ಕುಳಿತರು. ಮಾಯಿಯ ಒಮ್ಮೆ ನಿಟ್ಟುಸಿರು ಬಿಟ್ಟಳು ಏಕೆಂದರೆ, ಅವನು ರವಿತೇಜ ಅಥವಾ ಸೂರ್ಯಕಿರಣ್ ರಂತೆ ಇರಲಿಲ್ಲ. ಆದರೆ ಅವನ ಕಣ್ಣಲ್ಲಿದ್ದ ಹೊಳಪು ಅವಳನ್ನು ಮಂತ್ರಮುಗ್ಧಳಂತೆ ಮಾಡಿತ್ತು. ಅವನನ್ನೇ ನೋಡುತ್ತಾ, 'ಇವನಿಗೆ ನಾನು ಅಚ್ಚುಮೆಚ್ಚಿನವಳೇ?', ಎಂದು ಆಲೋಚಿಸುತ್ತಿದ್ದಳು ಮಾಯಿಯ.

ಅವನಲ್ಲೇ ಮುಳುಗಿದ್ದ ಅವಳನ್ನು ಕರೆತಂದದ್ದು ನೋವಾಳ, "ವಾರಿಯರ್ ಕಾಸ್ಮೋ, ಹೇಳಿ ನಿಮ್ಮ ಆ ಉಪಾಯಗಳನ್ನು /ಸೂತ್ರಗಳನ್ನು. ನಂಗಂತೂ ವಾರಿಯರ್ಸ್ ನಲ್ಲಿ ಸೆಲೆಕ್ಷನ್ ಸಿಗಬೇಕು." ಎಂಬ ಮಾತು.

"ಸರಿ ನೋವ ಗಮನವಿಟ್ಟು ಕೇಳಿ, ಮಾಯಿಯ ನೀವು ಕೂಡ", ಎಂದು ಹಲವು ಉಪಾಯಗಳನ್ನು/ಸೂತ್ರಗಳನ್ನು ಹೇಳ ತೊಡಗಿದ. ಕೊನೆಗೆ, "ಪರೀಕ್ಷೆಯಲ್ಲಿ ಈ ರೀತಿ ಮಾಡಿ, ಖಂಡಿತ ನೀವು 'ವಾರಿಯರ್ಸ್' ಗುಂಪಿನಲ್ಲಿ ಆಯ್ಕೆಯಾಗುವಿರಿ. ಮಾಯಿಯ ನೀವು ಇದರಲ್ಲಿ ಮೊದಲೇ ಪರಿಣತಿ ಹೊಂದಿದ್ದೀರ ಆದರೂ, ನಿಮಗೆ ಈ ಸೂತ್ರಗಳು ಸಹಾಯ ಮಾಡುತ್ತವೆ", ಎಂದು ಅವಳ ಕಣ್ಣನ್ನೇ ನೋಡುತ್ತಾ ಹೇಳಿದನು ಕಾಸ್ಮೋ.

ಮಾಯಿಯ ತನಗೇ ಗೊತ್ತಿಲ್ಲದಂತೆಯೇ ನಾಚಿಕೆಯಿಂದ ತಲೆ ತಗ್ಗಿಸಿ ಹೂಗುಟ್ಟಿದಳು. ಗಂಟಲು ಸರಿಮಾಡುವ ಶಬ್ದದೊಂದಿಗೆ ನೋವ, "ಧನ್ಯವಾದ ಕಾಸ್ಮೋ, ವಾರಿಯರ್ಸ್ ಪರೀಕ್ಷೆಯಲ್ಲಿ ಮುಂದಿನ ಭೇಟಿ, ನೀವು ಆ ದಿನದಂದು ಕ್ರೀಡಾಂಗಣಕ್ಕೆ ಬಂದರೆ. ಬಿಡುವಿದ್ದರೆ ಖಂಡಿತಾ ಬನ್ನಿ ನಮ್ಮನ್ನು ನೋಡಲು" ಎಂದು ಮಯಿಯಾಳನ್ನು ಎಳೆದು ಎಬ್ಬಿಸಿದಳು. ಇಬ್ಬರೂ ಅವನಿಗೆ ವಿದಾಯ ಹೇಳಿ ಮಾಯಿಯಾಳ ಮನೆಗೆ ಬಂದರು.

"ಸರಿ ಮಾಯಿಯ, ಕಾಸ್ಮೋ ಬಗ್ಗೆ ಕನಸು ಕಾಣದೆ ವಿಶ್ರಮಿಸಿರಿ. ನಾ ಹೋರಡುತ್ತೇನೆ. 48 ಘಂಟೆಗಳಲ್ಲಿ ಸಿಗೋಣ", ಎಂದು ಹೇಳಿ ಹೊರಟಳು ನೋವಾ.

ಏಕಾಂತದಲ್ಲಿ ಮತ್ತೆ ಅವಳಿಗೆ 'ಏನಿದೆಲ್ಲಾ? ನನಗೇಕೆ ಅವನನ್ನು ಕಂಡು ಆ ರೀತಿಯ ಭಾವನೆ ಬಂದದ್ದು?' ಎಂದುಕೊಳ್ಳುತ್ತಿರುವಾಗಲೇ, ಎಲಾರ "Energy Portion (ಶಕ್ತಿಯ ಗುಳಿಗೆ) is ready" ಎಂದಳು.

ತಿರುಗಿ ನೋಡಲು ಮಂಚದ ಬಳಿ ಒಂದು ಸಣ್ಣ ನೀಲಿ ಬಟ್ಟಲಿನ ಒಳಗೆ ಕೆಲವು ಕ್ಯಾಪ್ಸುಲ್ಸ್ ರೀತಿಯ ಮಾತ್ರೆಗಳಿದ್ದವು.

ಅವಳು ಅದನ್ನು ಸೇವಿಸಿದ ಕೂಡಲೇ ಏನೋ ಒಂದು ರೀತಿಯ ಮಿಂಚು ದೇಹದಲ್ಲಿ ಸಂಚರಿಸಿದಂತಾಗಿ, ಮಂಚದ ಮೇಲೆ ಮಲಗಲು ಹೊರಟಳು.

ಬಿಳಿಯ ನೀಲಿಯ ಬಣ್ಣದ ಛಾವಣಿ ಮಾಯವಾಗಿ ಅದೇ ನಕ್ಷತ್ರಗಳು ತುಂಬಿದ ಅಗಸ ಛಾವಣಿಯಾಗಿ ಕಾಣಿಸಿತು. ಕಣ್ಣುಗಳು ತಾವಾಗೇ ಮುಚ್ಚಿದವು.

"ಅಮ್ಮಾ ಅಮ್ಮಾ", ಯಾರೋ ಕರೆದಂತಾಗಿ ಕಣ್ಣು ಬಿಡಲು ಅದೇ ಹಳೆ ಫ್ಯಾನ್ ಮೇಲೆ ತಿರುಗುತ್ತಿತ್ತು. ಕಣ್ಣುಜ್ಜಿ ಮತ್ತೆ ಮೇಲೆ ನೋಡಲು ಅದೇ ಹಳೆಯ ಫ್ಯಾನ್, ಅದೇ ಹಳೆಯ ಸದ್ದಿನೊಂದಿಗೆ ತಿರುಗುತ್ತಲೇ ಇತ್ತು.

ಹಾಗಾದ್ರೆ ನಾನಿಂದು ಕಂಡ ಕನಸು? ಅರುಂಧತಿ ತನ್ನ ತಾಯಿಯ ಬಳಿ ಚಿತ್ರ ಪಟಗಳ ಬಗ್ಗೆ ಹೇಳಿದ್ದೇನು? ಆ ದಿನದ ಕನಸು ಎಲ್ಲಿ? ಎಂದು ಸೀದಾ ಕನ್ನಡಿ ನೋಡಲು ಓಡಿದಳು. ಅವಳದೇ ಹಳೆಯ ಮುಖ, ತಿದ್ದಿತೀಡಿದ್ದಲ್ಲದ ಸಾಧಾರಣವಾದ

ಎಲ್ಲಾ ಭಾವಗಳು ವ್ಯಕ್ತವಾಗುತ್ತಿರುವ ಮುಖ. ಮತ್ತೆ ಏನೂ ಅರ್ಥವಾಗದೆ ತಲೆಯಮೇಲೆ ಕೈ ಹೊತ್ತು ನಿಂತಳು.

"ಅಮ್ಮಾ, ನಕ್ಸತ್ರಾ ಹಾಲು ತಗೋಳಮ್ಮಾ", ಮತ್ತದೇ ಕೂಗು ಕೇಳಿತು ಬಾಗಿಲಿನ ಹೊರಗಿನಿಂದ.

ಅಧ್ಯಾಯ IV

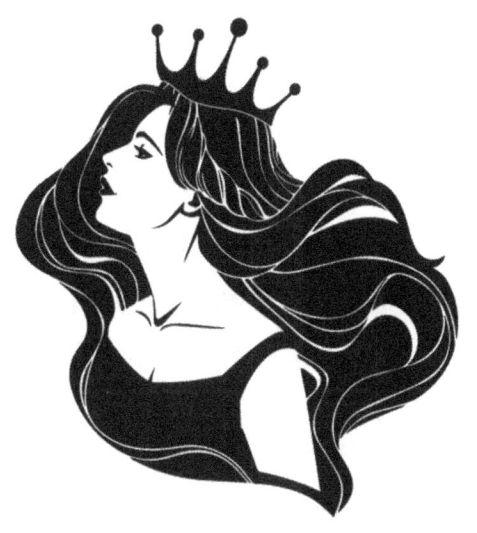

ಹಾಲಿನವ ಮಹೇಶಣ್ಣನ ಕೂಗಿಗೆ ಮಾಯಿಯ ನಕ್ಷತ್ರಳಾದಳು. ಎದ್ದು, ಹಾಲು ತಂದು ಒಲೆಯ ಮೇಲಿಟ್ಟು ಅದನ್ನೇ ದಿಟ್ಟಿಸುತ್ತಾ ನಿಂತಳು. ಅವಳ ತಲೆಯಲ್ಲಿ ನೂರೆಂಟು ಪ್ರಶ್ನೆಗಳು ಓಡುತ್ತಿದ್ದರೂ ಏನೋ ಒಂದು ರೀತಿಯ ಮೌನ ಮನಸಲ್ಲಿ ಪಿಸುಗುಡುತ್ತಿತ್ತು. ಇವೆಲ್ಲಾ ಅಭ್ಯಾಸವಾಗತೊಡಗಿತ್ತು ಅವಳಿಗೆ ಅಥವ ಅವಳ ಮನಸ್ಸಿಗೆ, ಅರಿಯಲಾದಳವಳು.

ಭಯ, ಗೊಂದಲ ಎಲ್ಲಾ ಮೂಲೆಯಲ್ಲಿ ಒಂದುಕಡೆ ನಗುತ್ತಿದ್ದರೂ, ಇದಕ್ಕೆ ಒಂದು ಉತ್ತರವನ್ನು ಕಂಡು ಹಿಡಿದೇ ಹಿಡಿಯುತ್ತೇನೆ ಎನ್ನುತ್ತಿತ್ತು ಅವಳ ಒಳ ಮನಸ್ಸು. ಇನ್ನೇನು ಎಲ್ಲಾ ತಯಾರಾಗಿ ಹೊರಡಬೇಕು ಎನ್ನುವಷ್ಟರಲ್ಲಿ ಕುಸುಮ್ ನ ಫೋನ್ ಬಂತು.

"ಹೊರಟೆ ಕುಸುಮ್, ನಾನು ಮರೆತಿಲ್ಲ, ಪರ್ಪಲ್ ಕಲರ್ ಡ್ರೆಸ್ ಹಾಕಿದ್ದೀನಿ. ಸರಿ ಹಾಗಾದ್ರೆ see you at office" ಎಂದು ಮೊಬೈಲ್ ಅನ್ನು ತನ್ನ ಬ್ಯಾಗ್‌ನಲ್ಲಿ ಹಾಕಿ ಮನೆಯನ್ನು ಲಾಕ್ ಮಾಡಿ ಹೊರಟಳು. ಆಫೀಸ್‌ನಲ್ಲಿ ಎಲ್ಲರೂ ಒಂದೇ ಬಣ್ಣದ ಉಡುಪು ಹಾಕಿದ್ದರಿಂದ, ಸಮವಸ್ತ್ರ ಧರಿಸಿದ ಮಕ್ಕಳಂತೆ ಕಾಣುತ್ತಿದ್ದರು.

ಇನ್ನೇನು ತನ್ನ ಸ್ಥಳದಲ್ಲಿ ಬಂದು ಕೂರಬೇಕು ಕುಸುಮ್ ಬಂದು, "ವಾವ್! ಅದ್ಭುತ! NK purple suits you very well. ತುಂಬಾ ಚೆನ್ನಾಗಿ ಕಾಣ್ತಿದೀಯ. ನಂದೇ ದೃಷ್ಟಿ ಆಗತ್ತೆ", ಎನ್ನುತ್ತಾ ಕಣ್ಣು ಹೊಡೆದಳು.

"ಬಾ ಬೇಗ, ವಿಡಿಯೋಕಾಲ್ ಇದೆ ಇನ್ನು ಸ್ವಲ್ಪ ಹೊತ್ನಲ್ಲಿ" ನಕ್ಷತ್ರಾಳ ಬ್ಯಾಗ್‌ಅನ್ನು ಕಸಿದು, ಟೇಬಲ್ನ ಮೇಲೆ ಇವಳೇ ಇಟ್ಟು, ಅವಳ ಕೈ ಹಿಡಿದು ನಡೆದೇ ಬಿಟ್ಟಳು ಕುಸುಮ್.

ಕಾನ್ಫರೆನ್ಸ್ ರೂಮ್, ನೇರಳೆ ಬಣ್ಣದ ಆರ್ಕಿಡ್ ಹೂಗಳು ಹಾಗು ಬಲೂನ್ ಗಳಿಂದ ತುಂಬಿಕೊಂಡು ಬಹಳ ಸುಂದರವಾಗಿ ಅಲಂಕೃತಗೊಂಡಿತ್ತು. ದೊಡ್ಡ ಪರದೆಯಲ್ಲಿ, ಸಣ್ಣದಾದ ನಾಲ್ಕು ಚೌಕಗಳಲ್ಲಿ ಇವರ ಕಾನ್ಫರೆನ್ಸ್ ರೂಮ್ ಅಲ್ಲದೆ, ಬೇರೆ ಮೂರು ಬ್ರಾಂಚ್ ನವರ ಕಾನ್ಫರೆನ್ಸ ರೂಮಿನ ದೃಶ್ಯಗಳು ಕಾಣುತ್ತಿದ್ದವು. ಸ್ವಲ್ಪ ದೊಡ್ಡದಾದ ಮಧ್ಯದ ಚೌಕ ಇನ್ನೂ ಖಾಲಿ ಇತ್ತು.

"ಇನ್ನು ಸಿ.ಇ.ಓ. ಬಂದಿಲ್ಲ ಕುಸುಮ್, ಸುಮ್ಮನೆ ಎಳೆದು ತಂದೆ ನನ್ನನ್ನು", ಎಂದು ನಕ್ಷತ್ರ ಹೇಳುತ್ತಿರುವಂತೆಯೇ, ಸೂರ್ಯಕಿರಣ್ ದೊಡ್ಡ ಚೌಕದಲ್ಲಿ ಅದೇ ಮೋಹಕ ಗುಳಿಯ ನಗೆಯೊಂದಿಗೆ ಆಶ್ಚರ್ಯಚಕಿತನಾಗಿ, "ಹೆಲೋ !! ಎವ್ರಿ ಒನ್. ಎಲ್ಲರಿಗೂ ನಮಸ್ಕಾರ" ಎನ್ನುತ್ತ ಕೈ ಬೀಸಿದ.

ಒಮ್ಮೆಲೆ ಎಲ್ಲರೂ (ನಕ್ಷತ್ರ ಕೂಡ) "ಹ್ಯಾಪಿ ಬರ್ಥಡೇ ಸೂರ್ಯ. ಹುಟ್ಟು ಹಬ್ಬದ ಶುಭಾಶಯಗಳು", ಎಂದು ಕಿರುಚಿದರು.

ಸ್ವಲ್ಪ ಮುಜುಗರಗೊಂಡರೂ, "**Thank you so much everyone.** ತುಂಬಾ ಧನ್ಯವಾದ ಎಲ್ಲರಿಗೂ, ತುಂಬಾನೇ ಖುಷಿಯಾಯಿತು ನಿಮ್ಮನ್ನೆಲ್ಲಾ ನೋಡಿ. ನನ್ನ ಹುಟ್ಟುಹಬ್ಬವಾದರೂ, ನನಗಿಂತ ಹೆಚ್ಚಾಗಿ ನೀವು ಸಂಭ್ರಮಿ-ಸುತ್ತಿರುವಂತಿದೆ. Arrangements are amazing. All the rooms are looking very beautiful. ಖುದ್ದಾಗಿ ನೋಡೋ ಭಾಗ್ಯವಿಲ್ಲದಿದ್ದರೂ ಹೀಗಾದರೂ ನೋಡಿದೆನಲ್ಲಾ ಎಂಬ ಸಮಾಧಾನ ನನಗಿದೆ. ನೀವೆಲ್ಲರೂ ನನ್ನ ಕುಟುಂಬವಿದ್ದಂತೆ. ಹೀಗೆ ಇರಲಿ ನಿಮ್ಮೆಲ್ಲರ ಪ್ರೀತಿ. ಎಲ್ಲರಿಗೂ ನನ್ನ ಕಡೆಯಿಂದ ಸರ್ಪ್ರೈಸ್ ಇದೆ. ನಾಳೆ ನಾನು ಅಮೇರಿಕಾದಿಂದ ಭಾರತಕ್ಕೆ ಬರುತ್ತಿದ್ದೇನೆ. ನಿಮ್ಮನ್ನು ಭೇಟಿಮಾಡಲು, ನನ್ನ ವೇಳಾಪಟ್ಟಿಯಲ್ಲಿ ಮುಂಚಿತವಾಗಿ ಸಮಯ ಕಾಯ್ದಿರಿಸಿದ್ದೇನೆ. ಖುದ್ದಾಗಿ ಒಂದೊಂದು ಬ್ರಾಂಚ್ಗೆ ಬಂದು ತಿಳಿಸುವೆ. ಅಲ್ಲಿಯವರೆಗೂ ಸಸ್ಪೆನ್ಸ್ ಹಾಗೆ ಇರಲಿ. See you all, bye" ಎಂದ ಮತ್ತೆ ಆ ಮೋಹಕ ನಗೆಯೊಂದಿಗೆ.

"Thank you. See you soon. Enjoy your day Surya", ಎಂದು ಎಲ್ಲರೂ ಮತ್ತೆ ಕೂಗಿದರು.

"ಬರೀ ಎರಡು ನಿಮಿಷದ ಸಂಭ್ರಮಕ್ಕೆ ಇಷ್ಟೆಲ್ಲಾನಾ?", ಎನ್ನುತ್ತಾ ಕುಸುಮ್ ನಕ್ಷತ್ರಾಳ ಕಡೆ ತಿರುಗಿದಳು.

"ಅದೂ ನಿಜಾನೆ, ಆದರೂ ಸೂರ್ಯರವರು ಚೆನ್ನಾಗಿ ಮಾತನಾಡಿದರು ಅಲ್ವಾ? ಏನೋ ಸರ್ಪ್ರೈಸ್ ಇದೆ ಅಂದ್ರಲ್ಲ ಬಿಡು. ಲೆಟ್ ಅಸ್ ವೈಟ್ (ಕಾದು ನೋಡೋಣ)" ಉತ್ತರಿಸಿದಳು ನಕ್ಷತ್ರ.

ಅಷ್ಟರಲ್ಲೇ ಮ್ಯಾನೇಜರ್ "ಸೂರ್ಯ ಯಾವಾಗ ಈ ಬ್ರಾಂಚಿಗೆ ಬರುತ್ತಾರೋ ಅಂದೂಕೂಡ ಇದೇರೀತಿಯಲ್ಲಿ ಎಲ್ಲರೂ ಬನ್ನಿ. ಮತ್ತೊಂದು ಸಿಹಿಸುದ್ದಿ ನಿಮಗೆಲ್ಲಾ. ಅವರ ಹುಟ್ಟುಹಬ್ಬದ ಕಾರಣ

ರಜೆ ಘೋಷಿಸಿದ್ದಾರೆ. ಎಲ್ಲರೂ ಮನೆಗೆ ತೆರಳಿ", ಎಂದು ಘೋಷಿಸಿದರು.

"ಸಧ್ಯ!! ಇವತ್ತು, ಅಲ್ಲದಿದ್ದರೂ ಕೆಲಸ ಮಾಡಲು ಮೂಡ್ ಇರಲಿಲ್ಲ ಬಿಡು" ಎಂದಳು ಕುಸುಮ್. ಇಬ್ಬರೂ ತಮ್ಮ ಸ್ಥಳಗಳಿಗೆ ತೆರಳಿ ಸ್ವಲ್ಪ ಫೋಟೋಗಳನ್ನು ಕ್ಲಿಕ್ಕಿಸಿ ನಂತರ ಮನೆಗೆ ಹೊರಟರು.

ಈ ಎಲ್ಲದರ ನಡುವೆ ನಕ್ಷತ್ರಾಳಿಗೆ ಸ್ವಲ್ಪ ಸಮಯದ ಮಟ್ಟಿಗೆ ತನ್ನ ಜೀವನದ ವಾಸ್ತವ - ಕನಸು ಎರಡೂ ಮರೆತುಹೋಗಿತ್ತು. ಮನೆ ತಲುಪಿ ಫ್ಯಾನ್ ಆನ್ ಮಾಡಿ ನೀರು ಕುಡಿಯುತ್ತಾ ಕುಳಿತಳು.

ಮತ್ತದೇ ಆಲೋಚನೆಗಳು ಅವಳನ್ನು ಕೆಣಕತೊಡಗಿದವು. ಅವಳು ಇಂದು ಅವುಗಳನ್ನು ಹತ್ತಿಕ್ಕಲು ಪ್ರಯತ್ನಿಸಲಿಲ್ಲ. ಬರುವ ಆಲೋಚನಗಳಿಗೆ ಜಾಗ ಮಾಡುತ್ತಾ ಅವಳ ಮನಸ್ಸು, ಅಲೆಗಳ ಸ್ವಾಗತಿಸುವ ತೀರದಂತೆ ಪ್ರಶ್ನೆಗಳನ್ನು ಸ್ವಾಗತಿಸತೊಡಗಿತು. ತನ್ನ ಎದುರು ನಿಂತು ಕೆಣಕುತ್ತಿದ್ದ ಪ್ರಶ್ನೆಗಳನ್ನು ಒಂದೊಂದಾಗಿ ಎದುರಿಸಲು ಸಿದ್ಧವಾದಳು. 'ನಾನು ನಕ್ಷತ್ರ, ನಾನು ಮಾಯಿಯ, ನಾನು ಅರುಂಧತಿ... ನಾನ್ಯಾರು?? ಅವಳ್ಯಾರು?? ನಕ್ಷತ್ರ ಎಂಬ ಪಾತ್ರವನ್ನು ವಾಸ್ತವ ಅಂದುಕೊಂಡರೆ ಅರುಂಧತಿ ನನ್ನ ಭೂತಕಾಲ ಮಾಯಿಯ ನನ್ನ ಭವಿಷ್ಯ... ಅಥವಾ ನಾನು ಅರುಂಧತಿಯಾದರೆ ನಕ್ಷತ್ರ ಮತ್ತು ಮಾಯಿಯ ಇಬ್ಬರೂ ಭವಿಷ್ಯ. ಇದೇನು ಟೈಮ್ ಟ್ರಾವೆಲ್(ಕಾಲ ಯಾತ್ರೆ) ಮಾಡುತ್ತಾ

ಇದ್ದೇನಾ? ಟೈಮ್ ಟ್ರಾವೆಲ್ ಅಂದುಕೊಂಡರೆ ಅಲ್ಲಿನ ಪೂರ್ಣ ಬದುಕು ನನಗೆ ನೆನಪಾಗುತ್ತಿಲ್ಲ, ಮತ್ತು ಒಂದೇ ಜೀವನವೂ ಅಲ್ಲ. ಹಾಗೆಯೇ ಅಲ್ಲಿ ಹೇಗೆ ಜೀವಿಸಬೇಕೆಂದು ಮರೆತು ಕೂಡ ಹೋಗಿಲ್ಲ. ಇದು ಯಾವ ರೀತಿಯ ಕನಸಿರಬಹುದು? ನಾನು ಮಲಗಿರುವಾಗ ಕನಸು ಕಾಣುವಂತೆ ಹೇಗೆ ಜೀವಿಸಬಲ್ಲೆ? ಹಾಗಾದರೆ ಅಲ್ಲಿರುವ ಮಾಯಿಯ ಹಾಗು ಅರುಂಧತಿ ಕೂಡ ಇದೇ ರೀತಿ ಆಲೋಚಿಸುತ್ತಿರಬಹುದೇ? ಅಥವಾ ನಕ್ಷತ್ರಾಳಿಗೆ ಮಾತ್ರ ಕನಸಲ್ಲಿ ಅವರ ಜೀವನ ಜೀವಿಸುವ ಶಕ್ತಿ ಇದೆಯಾ? ಎರಡೂ ಕನಸು ಕಾಣುವಾಗ ನಕ್ಷತ್ರ ಎದ್ದಿರುತ್ತಾಳೆ. ಅರುಂಧತಿಯಾಗಿ ನಾನು ನಕ್ಷತ್ರ ಳಾಗುತ್ತೇನಾ? ಅಥವಾ ನಕ್ಷತ್ರಳಾಗಿ ಮಾಯಿಯಾ ಆಗುತ್ತೇನಾ? ಈ ಕ್ಷಣದಲ್ಲಿ ಅವರಿಬ್ಬರೂ ಏನು ಮಾಡುತ್ತಿರ-ಬಹುದು? ಅಥವಾ ನಾ ಮಾತ್ರ ಈ ರೀತಿ ಯೋಚಿಸಬಲ್ಲೆನಾ?'. ಅವಳು ತನಗೆ ತಾನೇ ಹಾಕುತ್ತಿದ್ದ ಪ್ರಶ್ನೆಗಳಿಗೆ ಯಾವ ಕೊರತೆಯೂ ಇಲ್ಲದಂತೆ, ಒಂದಾದ ಮೇಲೊಂದು ಬರಲು, ಅವುಗಳನ್ನು ಅವಲೋಕಿಸುತ್ತ, ನೀರು ಖಾಲಿಯಾದ ಲೋಟವನ್ನು ತುಟಿಗಿಟ್ಟಾಗ ವಾಸ್ತವಕ್ಕೆ ಎಳೆದು ತಂದದ್ದು ತಣ್ಣನೆಯ ಲೋಟ ಮತ್ತು ಅವಳು ನೀರು ಎಳೆದಾಗ ಅದರೊಂದಿಗೆ ಬಂದ ತಂಪಾದ ಗಾಳಿ.

'ಇದಕ್ಕೆಲ್ಲಾ ಉತ್ತರ ಹುಡುಕಲು, ನಾನು ಟೆಕ್ನಾಲಜಿಯನ್ನು (ತಂತ್ರಜ್ಞಾನ) ಅವಲಂಭಿಸಿದರೆ ಏನಾದರೂ ಉತ್ತರ ಸಿಗಬಹುದು' ಎಂದುಕೊಂಡು ತನ್ನ ಲ್ಯಾಪ್ ಟಾಪ್ ತೆರೆದು

ಗೂಗಲ್ನಲ್ಲಿ ಅವಳಿಗೆ ತೋಚಿದಂತೆ ಹುಡುಕಲು ಆರಂಭಿಸಿದಳು. ಹುಡುಕುತ್ತಾ ರಾತ್ರಿ 8 ಘಂಟೆಯಾಗಿದ್ದು ತಿಳಿಯಲೇ ಇಲ್ಲ ಅವಳಿಗೆ. ಜಗತ್ತಿನಲ್ಲಿ ಕಂಡು ಹಿಡಿಯದೇ, ಉತ್ತರ ಸಿಗದೇ ಬಿಟ್ಟ ಹಲವಾರು ಪ್ರಶ್ನೆಗಳಿವೆ ಎಂದು ಅವಳಿಗೆ ಅಂದು ಭಾಸವಾಯಿತು. ಅವಳ ಪ್ರಶ್ನೆ ಒಂದಾದರೆ, ಅವಳಂತೆಯೇ ಹಲವಾರು ವಿಚಿತ್ರ ಪ್ರಶ್ನೆಗಳ ಮೂಟೆ ಹೊತ್ತವರು, ಸಾವಿರ-ಲಕ್ಷ ಗಟ್ಟಲೆ ಜನರಿದ್ದರು. ಕುಸುಮ್ ನ ಕರೆ ಬಂದಾಗಲೇ, ಲ್ಯಾಪ್ ಟಾಪ್ ಮುಚ್ಚಿಟ್ಟು ಅವಳ ಬಳಿ ತುಸು ಹೊತ್ತು ಹರಟೆ ಹೊಡೆದು ರಾತ್ರಿ ಅಡುಗೆ ಮಾಡಲು ತಯಾರಿ ನಡೆಸಿದಳು ನಕ್ಷತ್ರ. ಊಟ ಮಾಡಿ, ಮಲಗುವ ಕೋಣೆಗೆ ಬರುತ್ತಲೇ,' ದೇವರೇ ಇವತ್ತಿನ ನನ್ನ ಪ್ರಯಾಣ ಎಲ್ಲಿಗೋ' ಎಂದುಕೊಂಡು ನಿದ್ದೆ ಬರುವವರೆಗೂ ಹಾಡುಗಳನ್ನು ಕೇಳಲು ಕಿವಿಗೆ ಇಯರ್ ಫೋನ್ ಹಾಕಿ, ಹಾಗೇ ದಿಂಬಿನ ಮೇಲೆ ತಲೆ ಇಟ್ಟಳು.

"ತೇಜಾ... ತೇಜಾ..." ಕಣ್ಣು ಬಿಡಲು ಮತ್ತದೇ ಅರಮನೆಯ ಅರುಂಧತಿಯ ಕೋಣೆ. ಮಬ್ಬು ಮಬ್ಬು ಛಾವಣಿ, ಮುಂದೆ ಮಬ್ಬು ಮಬ್ಬು, ಒಂದು ಹೆಣ್ಣಿನಾಕಾರ ತನ್ನತ್ತ ಓಡಿ ಬರುತ್ತಿರುವಂತಿತ್ತು. "ಯುವರಾಣಿ, ಸಮಾಧಾನ ಮಾಡಿಕೊಳ್ಳಿ. ಮಹಾರಾಣಿಯವರು ಕೇಳಿಸಿ ಕೊಂಡಾರು" ಎಂದಿತು ಆ ಮಬ್ಬಾದ ಹೆಣ್ಣಿನ ಆಕಾರ. ಕಣ್ಣೊರೆಸಿಕೊಳ್ಳಲು, ಅಂಗೈ ಪೂರ್ತಿ ನೀರು. ಏನಾಗಿದೆ ಎಂದು ಯೋಚಿಸುತ್ತಿರುವಾಗಲೇ, ಎದೆ ಭಾರವಾಗಿ ಬಹಳ ನೋಯುತ್ತಿತ್ತು. ಯಾರನ್ನೋ, ಯಾವುದನ್ನೋ ಕಳೆದುಕೊಂಡ

ವೇದನೆ ಎಷ್ಟಿತ್ತೆಂದರೆ ಗಂಟಲು ಕಟ್ಟಿ ಮಾತು ಬರದೆ ಕಣ್ಣುಗಳಿಂದ ಧಾರಾಕಾರವಾಗಿ ನೀರು ಸುರಿಯುತಿತ್ತು.

ಮುಂದಿದ್ದ ಕನ್ನಡಿ ನೋಡಲು, ಕೂದಲು ಹರಡಿ, ತಲೆಬೊಟ್ಟು ಬಲಕ್ಕೆ ಮುರಿದು ಬಿದ್ದಿತ್ತು, ಮೂಗಿನಲ್ಲಿದ್ದ ನತ್ತನ್ನು ಕಿವಿಗೆ ಸಿಲುಕಿಸಿದ್ದ ಮಣಿಯ ತೆಳುವಾದ ಚಿನ್ನದ ದಾರ ಮುರಿದು, ಗಲ್ಲಕ್ಕೆ ತೂಗು ಬಿದ್ದಿತ್ತು. ಕಾಡಿಗೆ ಕಣ್ಣಿನ ಸುತ್ತಲೂ ಕಾರ್ಮೋಡದಂತೆ ಹರಡಿತ್ತು. ಹುಬ್ಬು ಜೊತೆ ಗೂಡಿ ಹಣೆಯ ಮೇಲೆ ನೆರಿಗೆಗಳು ಬಂದು, ತುಟಿಗಳು ಅಲುಗುತ್ತಿದ್ದವು. ಏನೋ ಅನಾಹುತವಾಗಿ-ದೆಯೆಂದು ಮೆದುಳು ಅವಲೋಕಿಸುತ್ತಿದ್ದ ಕ್ಷಣದಲ್ಲಿ, ಮುಂದಿದ್ದ ಪುಷ್ಪಾಳನ್ನು ಬಿಗಿದಪ್ಪಿ,

"ಪುಷ್ಪಾ!! ತೇಜಾ... ನಮಗೆ ಸಹಿಸಲು ಆಗುತ್ತಿಲ್ಲವಲ್ಲಾ. ನನ್ನ ಯುವರಾಜ, ನನ್ನ ತೇಜ ಇನ್ನಿಲ್ಲ ಎಂದು ಅರಗಿಸಿಕೊಳ್ಳಲು ಸಾಧ್ಯವಾಗುತ್ತಿಲ್ಲವಲ್ಲಾ. ಎದೆಯಲ್ಲಿರುವ ನೋವನ್ನು ಅಡಗಿಸಲಾರೆ. ನೆನ್ನೆ ಆ ಸುದ್ದಿ ಬಂದಾಗಲಿಂದಲೂ ನಯನಗಳಿಗೆ ಕಣ್ಣೀರಲ್ಲದೆ, ತೇಜನ ಚಿತ್ರ ಮಾತ್ರ ಕಾಣುತ್ತಿದೆ. ಅವರನ್ನು ಕೊನೆಗೊಂದು ಬಾರಿಯಾದರೂ ನೋಡುವ ಭಾಗ್ಯ ನಾನು ಪಡೆಯಲಿಲ್ಲ. ಅವರನ್ನು ಬಿಟ್ಟು ಬದುಕುವುದನ್ನು ಹೇಗೆ ಕಲಿಯಲಿ ನಾನು, ಹೇಳು ಪುಷ್ಪಾ. ಹೇಗೆ ತೇಜನ ಬಿಟ್ಟು ಈ ಅರುಂಧತಿ ಜೀವಿಸುವಳು. ಕೊನೆಯ ಬಾರಿ ಅವರ ಕಂಡ ನಿಮಿಷಗಳು ನನ್ನನ್ನು ಈಗಲೂ ಕಾಡುತ್ತಿವೆ. ಅವರಿಲ್ಲದೆ ನನಗೆ ಬದುಕುವ ಯಾವ ಇಚ್ಛೆಯೂ ಇಲ್ಲ. ನನಗೆ ಎಲ್ಲಿಂದಲಾದರೂ ಕೊಂಚ ವಿಷ

ತಂದುಕೊಡು ಪುಷ್ಪಾ, ತೇಜನನ್ನು ನಾನು ಸಾವಿನಾಚೆ ತೆರಳಿ ಭೇಟಿ ಮಾಡುತ್ತೇನೆ. ಅದು ಸ್ವರ್ಗವೋ, ನರಕವೋ, ನಾನು ಹುಡುಕುತ್ತೇನೆ ಅವರನ್ನು ಪರಲೋಕದಲ್ಲಿ. ಇಹಲೋಕವನ್ನು ಅವರು ಹೇಗೆ ತ್ಯಜಿಸಿದರು? ಹೇಗೆ ನಮ್ಮನ್ನು ಒಂಟಿಯಾಗಿ ಬಿಟ್ಟು ಅವರು ಕಾಣದ ಲೋಕಕ್ಕೆ ತೆರಳಿದರು? ಹೇಗೆ ನಮ್ಮ ಪ್ರೀತಿಯನ್ನು ಪೂರ್ಣಗೊಳಿಸದೆ ಹೋದರು? ನಾನೂ ಹೊರಡುವೆ ಪುಷ್ಪಾ, ಸತಿಯನ್ನು ಮಾಡಲಾರೆ, ಅವರ ಧರ್ಮ ಪತ್ನಿಯಲ್ಲವಲ್ಲ ನಾನು, ಅಯ್ಯೋ ದೇವರೆ ಏಕೆ ನನಗಿಂತಹ ಸ್ಥಿತಿ? ನನ್ನ ಜೀವವನ್ನು ನಾನೇ ಕೊನೆಗೊಳಿಸಿ, ಅವರನ್ನು ಸೇರುತ್ತೇನೆ. ಇದೊಂದು ಉಪಕಾರ ಮಾಡು ದಯಮಾಡಿ ಪುಷ್ಪಾ. ಇನ್ನೇನನ್ನೂ ನಿನ್ನ ಬಳಿ ಕೇಳಲಾರೆ" ಎಂದು ಅರುಂಧತಿ ಬಿಕ್ಕಿ ಬಿಕ್ಕಿ ಅಳಲು, ಎದೆಯಲ್ಲಿದ್ದ ನೋವು ಅಧಿಕವಾಗಿ, ಯಾರೋ ಅವಳ ಎದೆಯನ್ನು ಕಿವುಚಿದಹಾಗನ್ನಿಸುತ್ತಿತ್ತು.

"ಯುವರಾಣಿ, ದಯವಿಟ್ಟು ಅಳುವುದನ್ನು ನಿಲ್ಲಿಸಿ. ನಿನ್ನೆ ರಾತ್ರಿಯಿಂದ ನೀವು ಅಳಲು ಶುರುಮಾಡಿ, ತಲೆ ತಿರುಗಿ ಬಿದ್ದವರು ಈಗಲೇ ಎದ್ದಿರುವಿರಿ. ಮಹಾರಾಣಿಯವರು ಎರಡು ಬಾರಿ ಬಂದು ಕಳವಳಗೊಂಡು ಹಿಂದಿರುಗಿದರು. ನಾನು ನಿಮಗೆ ಜ್ವರವಿದೆ ಎಂಬ ಅಸತ್ಯವನ್ನು ನುಡಿದೆ. ಅವರು ನಿಮ್ಮ ಹಣೆಯನ್ನು ಮುಟ್ಟಿ ನೋಡಲು ಸತ್ಯವಾಗಲೂ ನಿಮಗೆ ಜ್ವರ ಬಂದಿತ್ತು. ಬೆಳಿಗ್ಗೆ ನೀವು ಎದ್ದ ಕೂಡಲೇ ಅವರನ್ನು ಕರೆಯಲು ತಿಳಿಸಿದ್ದಾರೆ. ಈ ಸ್ಥಿತಿಯಲ್ಲಿ ನಿಮ್ಮನ್ನು ನೋಡಿದರೆ ಏನೆಂದು ಹೇಳುವಿರಿ? ನಾನು ಏನೆಂದು

ಹೇಳಲಿ? ದಯವಿಟ್ಟು ನಮ್ಮ ಮಾತುಗಳನ್ನು ಆಲಿಸಿ, ಸಮಾಧಾನ ತಂದುಕೊಳ್ಳಿ", ಎಂದು ಅರುಂಧತಿಯ ಬೆನ್ನು ಸವರಿದಳು.

ಅರುಂಧತಿಯ ಕಣ್ಣೀರಿನಿಂದ ಪುಷ್ಪಾಳ ರವಿಕೆ ಪೂರ್ತಿಯಾಗಿ ಒದ್ದೆಯಾಗಿತ್ತು. ಅರುಂಧತಿಯ ಮುಖವನ್ನು ಅಂಗೈಯಲ್ಲಿ ಹಿಡಿದು ಅದರ ಮೇಲೆ ಹರಡಿದ್ದ ಕೂದಲುಗಳನ್ನು ಸರಿಸಿ,

"ಹೆಣ್ಣಿನ ಹೃದಯ ಸಮುದ್ರದಂತೆ ಯುವರಾಣಿ, ಕೇವಲ ವಿಶಾಲ ಮಾತ್ರವಲ್ಲ, ಬಹಳ ಆಳವಾಗಿದೆ ಕೂಡ. ಎಷ್ಟೋ ಹೆಣ್ಣು ಮಕ್ಕಳ ಮನಸ್ಸಿನ ಆಳದಲ್ಲಿ ಹುದುಗಿಸಿಟ್ಟ ರಹಸ್ಯಗಳು ಅವರೊಂದಿಗೇ ಭೂಮಿ ತಾಯಿಯ ಎದೆಯಲ್ಲಿ ಲೀನವಾಗುತ್ತವೆ. ನೀವೀಗ ಕೇವಲ ಪ್ರೇಯಸಿಯಂತೆ ವರ್ತಿಸುತ್ತಿರುವಿರಿ, ಚಂದ್ರಕೇಶಿ ಸಾಮ್ರಾಜ್ಯದ ಯುವರಾಣಿಯಂತಲ್ಲ. ಪ್ರೀತಿಸಿದವರನ್ನು ಕಳೆದುಕೊಂಡರೆ ಉಂಟಾಗುವ ವೇದನೆಯನ್ನು ಯಾವ ಮಾಪನದಿಂದಲೂ ಅಳೆಯಲಾಗದು ಎಂಬ ಅರಿವು ನನಗಿದೆ, ಅಂತೆಯೇ ನಿಮ್ಮ ವೇದನೆಯನ್ನು ನಾನು ಹಂಚಿಕೊಳ್ಳುವುದೂ ಅಸಾಧ್ಯವೆಂದು ಕೂಡ ನನಗೆ ತಿಳಿದಿದೆ. ನಿಮ್ಮ ಜೊತೆಯಾಗಿ, ನೀವು ನೋವನ್ನು ಎದುರಿಸುವಾಗ ನಾನಿರಬಲ್ಲೆ ಆದರೆ ಸಹಿಸಲು ಮಾತ್ರ ನಿಮ್ಮ ಹೃದಯಕ್ಕೆ ತಿಳಿಸಬೇಕು. ಈ ಕ್ಷಣದಿಂದ ನೀವು ತೇಜರ 'ಅರು' ಮಾತ್ರ ವಲ್ಲ, ಚಂದ್ರಕೇಶಿ ಸಾಮ್ರಾಜ್ಯದ ಯುವರಾಣಿ ಅರುಂಧತಿಯಾಗಬೇಕು. ಮುಂದೆ ಮಹಾರಾಣಿ ಅರುಂಧತಿಯಾಗಲು ಇಂದಿನಿಂದಲೇ ನೀವು ತಯಾರಿ ನಡೆಸಬೇಕು. ಈ ನೋವನ್ನು, ಈ ರಹಸ್ಯವನ್ನು, ನಿಮ್ಮ

ಯುವರಾಜರನ್ನು ನಿಮ್ಮ ಮನಸ್ಸಿನ ಆಳದಲ್ಲಿ ಹುದುಗಿಸಿ, ವಿದಾಯ ಹೇಳಬೇಕು. ಅವರು ನಿಮ್ಮನ್ನು ಎಂದಿಗೂ ಈ ರೀತಿಯ ಪರಿಸ್ಥಿತಿಯಲ್ಲಿ ನೋಡಲು ಇಚ್ಛಿಸುವುದಿಲ್ಲ. ಅವರ ಆತ್ಮಕ್ಕೆ ಶಾಂತಿ ದೊರಕಬೇಕಾದರೆ ನೀವು ಅವರಿಗೆ ವಿದಾಯ ಹೇಳಬೇಕು ಯುವರಾಣಿ. ಪ್ರೀತಿ ಎಂದಿಗೂ ಸಾಯುವುದಿಲ್ಲ, ಪ್ರೀತಿಸುವವರು ಸತ್ತರೂ ಅವರ ಪ್ರೀತಿ ಈ ಲೋಕದಲ್ಲಿ ಅಮರ. ಅದೊಂದು ಸಕಾರಾತ್ಮಕ ಶಕ್ತಿ, ಅದನ್ನು ಅಳಿಸಲು ಯಾರಿಂದಲೂ ಸಾಧ್ಯವಿಲ್ಲ. ನನ್ನ ಮಾತಾಮಹಿಯವರು ಹೇಳುತ್ತಿದ್ದರು- 'ಪುಷ್ಪಾ, ಎಷ್ಟೋ ಜನರ ಪ್ರೀತಿ, ಕರುಣೆ, ಸ್ನೇಹ, ದಯೆ, ಪ್ರೇಮ, ಮಾನವೀಯತೆ, ಸಂತೋಷ, ಧೈರ್ಯ, ಆರೈಕೆ, ಒಳ್ಳೆಯದನ್ನು ಮಾಡುವಂತೆ ಹೇಳುವ ಮನಸ್ಸು, ಅದರಲ್ಲಿರುವ ಒಳ್ಳೆಯ ಭಾವನೆ, ಇವೆಲ್ಲವೂ ಮನುಷ್ಯರು ಅಳಿದರೂ, ಅವರಿಂದ ಹೊರಬಂದು ಸಕಾರಾತ್ಮಕ ಶಕ್ತಿಯಾಗಿ ದೇವರ ಆಯುಧವಾಗುವುದು, ಅದರಿಂದಲೇ ನಕಾರಾತ್ಮಕ ಶಕ್ತಿಗಳನ್ನು ಆ ಪರಮಾತ್ಮನು ಅಳಿಸುವನು. ಅದಕ್ಕೆ ನೀನು ದೇವರಿಗೆ ದಿನ ನಿತ್ಯ ಪೂಜೆಯನ್ನು ಮಾಡದಿದ್ದರೂ ಪರವಾಗಿಲ್ಲ, ಪ್ರತಿನಿತ್ಯ ಒಂದು ಒಳ್ಳೆ ಕಾರ್ಯವನ್ನು ಮಾಡು, ದೇವರ ಆಯುಧವನ್ನು ಇನ್ನೂ ಶಕ್ತಿಯುತವನ್ನಾಗಿ ಮಾಡು', ಎಂದು. ಅಂತೆಯೇ ನಿಮ್ಮಿಬ್ಬರ ನಿಷ್ಕಲ್ಮಶ ಪ್ರೀತಿ ಹಾಗು ಯುವರಾಜರ ಒಳ್ಳೆಯತನವೆಲ್ಲವೂ ದೇವರ ಆಯುಧದಲ್ಲಿ ಈಗ ಲೀನವಾಗಿದೆ ಯುವರಾಣಿ", ಎಂದು ಅರುಂಧತಿಯ ಹಣೆಗೆ ಮುತ್ತೊಂದನ್ನು ನೀಡಿದಳು.

　　　　　　　　　　　　　　　　ಶೀತಲ್

"ಪುಷ್ಪಾ.," ಮಹಾರಾಣಿಯವರ ಕರೆಗೆ ಇಬ್ಬರೂ ಒಮ್ಮೆ ನಡುಗಿದರು. "ಯುವರಾಣಿ, ಏಳಿ ಸ್ನಾನದ ಕೋಣೆಗೆ ತೆರಳಿ, ನಾನು ಇಲ್ಲಿ ಸಂಭಾಳಿಸುವೆ", ಎಂದು ಅರುಂಧತಿಯನ್ನು ಎಬ್ಬಿಸಿ ಇನ್ನೊಬ್ಬ ದಾಸಿಯ ಕೈಗೊಪ್ಪಿಸಿ, ಸ್ನಾನದ ಕೋಣೆಯತ್ತ ಕರೆದೊಯ್ಯಲು ಕಣ್ಣು ತೋರಿಸಿ ತನ್ನ ದಾವಣಿಯನ್ನು ತಲೆ ಮೇಲೆ ಎಳೆದು, ಕೋಣೆಯ ಬಾಗಿಲಿನತ್ತ ಓಡಿದಳು.

ದಾಸಿ ಅರುಂಧತಿಯನ್ನು ಸ್ನಾನದ ಕೋಣೆಗೆ ಕರೆದೊಯ್ಯುತ್ತಿ-ರುವಾಗಲೂ, ಅರುಂಧತಿಯ ಕಣ್ಣಿನಿಂದ ಬರುತ್ತಿದ್ದ ನೀರು ನಿಲ್ಲುತ್ತಲೇ ಇರಲಿಲ್ಲ. ಅವಳು ಸ್ನಾನದ ಕೋಣೆಯ ಒಳಗೆ ಬಂದು ಅಲ್ಲೇ ಇದ್ದ ಸಣ್ಣ ಕುರ್ಚಿಯ ಮೇಲೆ ಕುಳಿತಳು. ದಾಸಿ ಅವಳೊಬ್ಬಳನ್ನೇ ಬಿಟ್ಟು ಕೋಣೆಯ ಬಾಗಿಲು ಹಾಕಿ ಹೊರಡಲು, ಅರುಂಧತಿ ಅಲ್ಲಿದ್ದ ತನ್ನಷ್ಟೇ ಉದ್ದವಿದ್ದ ಕನ್ನಡಿಯ ಮುಂದೆ ನಿಂತಳು. ಅವಳ ಬಾಡಿದ ಮುಖ, ಮನಸ್ಸಿನಲ್ಲಿದ್ದ ನೋವು ಅವಳಿಗೆ ನಕ್ಷತ್ರ/ಮಾಯಿಯಾಳ ನೆನಪು ತರಲೇ ಇಲ್ಲ.

ಎಷ್ಟು ಅತ್ತರೂ, ಸಾಕಾಗದೆ ತನ್ನ ಒಡವೆಯನ್ನು, ಉಡುಗೆಯನ್ನೂ ಎಸೆಯುತ್ತಾ, ತಣ್ಣಗೆ ಕೊರೆಯುತ್ತಿದ್ದ ಬಾತು-ಕೋಳಿಯಾಕಾರದಲ್ಲಿದ್ದ ಕೊಳದೊಳಗೆ ಇಳಿದಳು. ಅದರಲ್ಲಿ ಅವಳು ಕುಳಿತರೂ ಅವಳ ಭುಜದವರೆಗೆ ಮಾತ್ರ ನೀರಿತ್ತು. ತನ್ನ ಕಾಲುಗಳನ್ನು ಎದೆಯ ಹತ್ತಿರಕ್ಕೆ ಎಳೆದು ತಲೆಯನ್ನು ಮಂಡಿಯ ಮೇಲಿಟ್ಟು ಮತ್ತೆ ಅಳತೊಡಗಿದಳು.

'ನಿನ್ನನ್ನು ಎಂದೂ ಬಿಟ್ಟು ಹೋಗುವುದಿಲ್ಲ ಅರು, ನಿನ್ನನ್ನು ಬಿಟ್ಟು ಬದುಕುವ ಶಕ್ತಿ ನಮಗಿಲ್ಲ', ಎಂದು ತೇಜ ಹೇಳಿದ ಮಾತುಗಳು ಅವಳ ಕಿವಿಯಲ್ಲಿ ಗುಂಯ್ ಗುಟ್ಟುತ್ತಿದ್ದವು. 'ತೇಜಾ, ನನ್ನನ್ನು ಬಿಟ್ಟು ಬದುಕುವ ಶಕ್ತಿ ನಿಮಗಿರಲಿಲ್ಲ, ಸಾಯುವ ಶಕ್ತಿ ಹೇಗೆ ಬಂತು ನಿಮಗೆ?', ಎಂದು ಹೇಳುತ್ತಾ ಮತ್ತೆ ಅತ್ತಳು. ಈ ಬಾರಿ ಕಣ್ಣೀರು ಮಾತ್ರ ಬರಲಿಲ್ಲ. ಕಣ್ಣೀರಬಾವಿ ಬತ್ತಿತ್ತು ಅವಳ ದೇಹದಲ್ಲಿ.

ಯಾರೋ ಬಾಗಿಲು ತೆಗೆದಂತಾಗಿ ಹಿಂದಿರುಗಿ ನೋಡಲು, ಪುಷ್ಪಾ, "ಯುವರಾಣಿ! ಬಿಸಿನೀರಿರುವ ಕೊಳವನ್ನು ಬಿಟ್ಟುಏಕೆ ಇಲ್ಲಿಕುಳಿತಿರುವಿರಿ? ಏಳಿ" ಎಂದು ಅವಳ ತಣ್ಣಗಿನ ದೇಹವನ್ನುನೀರಿನಿಂದ ಹೊರ ಎಳೆಯುತ್ತಲೇ ಕೈಯಲ್ಲಿದ್ದ ಸ್ವಲ್ಪ ದಪ್ಪಗಿದ್ದ ಹತ್ತಿಯ ಬಿಳಿಯ ವಸ್ತ್ರವನ್ನು ಅವಳಿಗೆ ಹೊದಿಸಿ, ನವಿಲಿನಕಾರದ ಕೊಳದೊಳಗೆ ಕುಳ್ಳಿರಿಸಿ, "ಯುವರಾಣಿ, ನೀವು ದುರ್ಬಲರಾಗಬಾರದು, ನೀವೊಬ್ಬ ಯುವರಾಣಿ ಎಂಬುದನ್ನು ಮರೆಯದಿರಿ" ಎನ್ನುತ್ತಾ ಕೇಸರಿ, ಹಾಲು ಮತ್ತು ಗುಲಾಬಿಯ ದಳಗಳಿಂದ ಮಾಡಿದ್ದ ಲೇಪನವನ್ನು ಅವಳ ದೇಹಕ್ಕೆ ಹಚ್ಚತೊಡಗಿದಳು. ಕಲ್ಲುಬಂಡೆಯಂತೆ ಕುಳಿತ ಅರುಂಧತಿಯನ್ನು ಜಳಕ ಮಾಡಿಸಿ ಸ್ನಾನಗೃಹದಿಂದ ಮತ್ತೆ ಅಂತಃಪುರಕ್ಕೆ ಕರೆದೊಯ್ದಳು. ದಾಸಿಯರ ಸಹಾಯದಿಂದ ಅರುಂಧತಿಯನ್ನು ಶೃಂಗರಿಸಿ ಮಂಚದ ಪಕ್ಕದಲ್ಲಿದ್ದ ಕನ್ನಡಿಯ ಮುಂದೆ ನಿಲ್ಲಿಸಿದಳು ಪುಷ್ಪಾ.

ಶೀತಲ್

ಅರುಂಧತಿ, ಅವಳದೇ ಬಿಂಬವನ್ನು ಅದರಲ್ಲಿ ನೋಡಲು, ಯಾವ ಭಾವನೆಯೂ ಇಲ್ಲದ ಶೃಂಗರಿಸಿದ ಗೊಂಬೆಯಂತೆ ಬಹಳ ಸುಂದರವಾಗಿ ಕಾಣುತ್ತಿದ್ದಳು. ಅವಳ ಮನಸ್ಸು ಈಗ ನಿಂತ ನೀರಿನ ಕೊಳದಂತೆ ಶಾಂತವಾಗಿತ್ತು. ವೇದನೆ ಆಳದಲ್ಲಿ ಚುಚ್ಚಿದಂತಾದರೂ ಅವಳ ಮನಸ್ಸು ಅದಕ್ಕೆ ಸ್ಪಂದಿಸದೆ ತಟಸ್ಥವಾಗಿತ್ತು.

"ಮಹಾರಾಣಿಯವರು ಇನ್ನೇನು ಬರಬಹುದು! ಯುವರಾಣಿ, ನಾನು ಹೇಳಿದ ವಿಷಯವನ್ನು ಮನದಲ್ಲಿಟ್ಟು ಅವರ ಪ್ರಶ್ನೆಗಳಿಗೆ ಸ್ಪಂದಿಸಿ" ಎಂದು ಪುಷ್ಪಾ ಮಾತು ಮುಗಿಸುತ್ತಲೇ, ಮಹಾರಾಣಿಯವರ ಆಗಮನವಾಯಿತು.

"ಪುತ್ರೀ, ಬಿಸಿಯ ತಾಪ ಇಳಿಯಿತೇ? ಈಗ ಹೇಗಿರುವಿರಿ? ವೈದ್ಯರಿಗೆ ಬರ ಹೇಳಲೇ?" ಪ್ರಶ್ನೆ ಕೇಳುತ್ತಾ ಅರುಂಧತಿಯ ಬಳಿ ಬಂದು "ನಮ್ಮ ಯುವರಾಣಿಯ ವದನದ ಕಳೆಯನ್ನು ಆ ಜ್ವರ ಕದ್ದನೇ?" ಎಂದು ಆಲಂಗಿಸಿಕೊಂಡರು.

ತಾಯಿಯನ್ನು ಬಿಗಿದಪ್ಪಿ ಅಳಬೇಕೆಂದರೂ, ಪುಷ್ಪಾಳ ಕಣ್ಸನ್ನೆ ಕೇವಲ ಬಿಗಿದಪ್ಪಲು ಮಾತ್ರ ಅನುಮತಿ ನೀಡಿತು.

"ಮಾತೇ, ಸ್ವಲ್ಪ ಮನಸ್ಸು ಅಸ್ವಸ್ಥ ವಾಗಿದೆ. ರಾತ್ರಿ ಭಯಂಕರವಾದ ಕನಸನ್ನು ಕಂಡೆ, ನಿದಿರೆ ಇಲ್ಲದೆ ಹೀಗಾಗಿದೆ. ಸ್ವಲ್ಪ ಸಮಯ ನೀಡಿ ಸರಿಯಾಗುವೆ. ರಾತ್ರಿ ಕಂಡ ಕನಸು ನನಸಿನಂತೆಯೇ ತೋರಿತು, ಅದಕ್ಕೇನೋ ಇನ್ನೂ ಮರೆಯಲು ಆಗುತ್ತಿಲ್ಲ" ಎನ್ನುತ್ತಲೇ ಅವಳ ಕಣ್ಣಂಚಲಿ ಹನಿಯೊಂದು

ಬರುವುದನ್ನು ಗಮನಿಸಿದ ಪುಷ್ಪಾ ತಕ್ಷಣ,"ಯುವರಾಣಿಯನ್ನು ನಾವು ಇಂದು ಕಾವೇರಿ ಕಿರುಜಲಪಾತದ ಬಳಿ ಕರೆದೊಯ್ಯುತ್ತೇವೆ, ಮನಸ್ಸು ಹಗುರವಾದೀತು, ಒಪ್ಪಿಗೆಯೇ ಮಹಾರಾಣಿ?" ಎಂದು ಮಹಾರಾಣಿಯನ್ನು ಕೇಳಿದಳು.

"ಪುಷ್ಪಾ, ಯುವರಾಣಿಗೆ ಒಪ್ಪಿಗೆಯಿದ್ದರೆ ನಮ್ಮ ಅಭ್ಯಂತರವೇನೂ ಇಲ್ಲ" ಎಂದು ಮುಗುಳ್ನಕ್ಕರು.

"ಸರಿ ಪುಷ್ಪಾ, ಹೋಗೋಣ", ಎಂದು ಕಣ್ಣೀರು ಒರೆಸುತ್ತಾ ಪುಷ್ಪಾಳ ಕಡೆ ನೋಡಿದಳು ಅರುಂಧತಿ.

ಮಹಾರಾಣಿ ತೆರಳಿದ ನಂತರ ಮೂವರು ದಾಸಿಯರು, ನಾಲ್ಕು ಅಂಗರಕ್ಷಕರೊಂದಿಗೆ ಪುಷ್ಪಾ ಮತ್ತು ಅರುಂಧತಿ, ಜಲಪಾತದ ಬಳಿ ಕಾಲಕಳೆಯಲು ಹೊರಟರು.

ಸೂರ್ಯ ಬೆಟ್ಟಗಳ ನಡುವೆ ತನ್ನ ಮನೆಯತ್ತ ತೆರಳಲು, ಇವರೂ ಅರಮನೆಗೆ ವಾಪಸ್ಸಾದರು. ರಾತ್ರಿ ಊಟ ಮಾಡಿದ ನಂತರ ಅರಮನೆಯ ಅವಳ ಕೋಣೆಯ ಕೈಸಾಲೆಯಲ್ಲಿ ಚಂದಿರನನ್ನು ನೋಡುತ್ತಾ ಅವನಲ್ಲಿ ಅವಳ ತೇಜನ ಪ್ರತಿಬಿಂಬವ ಹುಡುಕುತ್ತಾ ಉಯ್ಯಾಲೆಯಲ್ಲಿ ಕುಳಿತಿದ್ದಳು ಅರುಂಧತಿ.

"ಯುವರಾಣಿ, ಮಲಗುವ ಮುನ್ನ ಕೇಸರಿಯ ಹಾಲು ತರಲೇ?", ಎಂದು ಹಿಂದಿನಿಂದ ನಿಧಾನವಾಗಿ ಉಯ್ಯಾಲೆ ತಳ್ಳುತ್ತಾ ಕೇಳಿದಳು ಪುಷ್ಪಾ.

"ಪುಷ್ಪಾ, ನಿನ್ನ ಮಹಾತಾಯಿಯವರು ಹೇಳಿದಂತೆ ಪ್ರೀತಿ ಸಾಯುವುದಿಲ್ಲ ಅಲ್ಲವೇ? ತೇಜನನ್ನು ನಾನು ಎಂದೂ ಮನಸಿನಿಂದ ಅಳಿಸಲಾರೆ. ಎಂದಿದ್ದರೂ ನನ್ನ ಮನಸ್ಸಿನ ರಾಜ ನನ್ನ ತೇಜ ಯುವರಾಜರೇ. ನೀನು ಹೇಳುವುದು ಸತ್ಯ. ಈ ಸಾಮ್ರಾಜ್ಯದ ಬಗ್ಗೆ, ಪ್ರಜೆಗಳ ಬಗ್ಗೆ, ಮಹಾರಾಜ ಮತ್ತು ಮಹಾರಾಣಿಯವರ ಬಗ್ಗೆ ನಾನು ಚಿಂತಿಸಬೇಕು. ತೇಜ ಎಂದಿಗೂ ನನ್ನ ಸ್ಫೂರ್ತಿಯಾಗೇ ಉಳಿಯುವರು, ಅವರಾಡುತ್ತಿದ್ದ ಮಾತು, ತೋರುತ್ತಿದ್ದ ನಿಷ್ಕಲ್ಮಶ ಪ್ರೀತಿ, ಇಟ್ಟುಕೊಂಡಿದ್ದ ಶಾಂತಿ ಸಮಾಧಾನ ತುಂಬಿದ ರಾಜ್ಯಾಭಾರದ ಕನಸು, ಕೊಡುತಿದ್ದ ಧೈರ್ಯ ಎಲ್ಲವೂ ನನಗೆ ನೆನಪಿದೆ. ನಾನು ಈ ಘಟ್ಟವನ್ನು ಹೇಗಾದರೂ ಪಾರು ಮಾಡುತ್ತೇನೆ ಪುಷ್ಪಾ! ಪ್ರೀತಿಸುವವರು ಇಲ್ಲವಾದರೂ ಪ್ರೀತಿಗೆ ಸಾವಿಲ್ಲ, ನೆನಪುಗಳಿಗೆ ಸಾವಿಲ್ಲ. ನೀನು ನನ್ನ ಸಖಿಯಾಗಿರುವುದಕ್ಕೂ ಈ ಪ್ರೀತಿಯೇ ಕಾರಣ. ಧನ್ಯವಾದ ಪುಷ್ಪ, ನಿನ್ನ ಮಾತುಗಳಿಗೆ, ನಿನ್ನ ಪ್ರೀತಿಗೆ, ನಿನ್ನ ಸ್ನೇಹಕ್ಕೆ, ನಾನೆಂದಿಗೂ ನಿನಗೆ ಚಿರಋಣಿ", ಎಂದು ಪುಷ್ಪಾಳ ಕೈ ಹಿಡಿದು ಹೇಳಿದಳು ಅರುಂಧತಿ.

"ನಾನೆಂದಿಗೂ ನಿಮ್ಮೊಂದಿಗಿರುವೆ ಯುವರಾಣಿ, ನನ್ನ ವಾಗ್ದಾನವಿದು. ನಿಮ್ಮಲ್ಲಿ ನನಗೆ ಸಂಪೂರ್ಣ ಭರವಸೆ ಇದೆ. ಬಹಳ ದಣಿದಿದ್ದೀರಿ, ಬನ್ನಿ ಮಲಗಿ. ನಾನು ಹಾಲು ತರುವೆ", ಎಂದು ಅವಳನ್ನು ಎಬ್ಬಿಸಿ ಒಳಗೆ ಕರೆದೊಯ್ದಳು.

ಹಾಲು ಕುಡಿದು ತೇಜನ ನೆನೆದು, "ಕನಸಿನಲ್ಲಿ ಭೇಟಿ ಮಾಡು ತೇಜ" ಎಂದುಕೊಂಡು ಭಾರವಾದ ಮನಸಿನೊಂದಿಗೆ ದಿಂಬಿಗೆ ತಲೆಯಿಟ್ಟು ಕಣ್ಣು ಮುಚ್ಚಿದಳು ಅರುಂಧತಿ.

ಧಡ್! ಧಡ್! ಸದ್ದು ಅವಳ ಕಿವಿಗೆ ರಾಚುತಿತ್ತು. ಕಿವಿಯನ್ನು ಕೈಯಿಂದ ಮುಚ್ಚಿಕೊಳ್ಳುತ್ತ ಎದ್ದು ಕಣ್ಣು ಬಿಡಲು, ಅದೇ ಕಾಂಕ್ರೀಟಿನ ಛಾವಣಿ, ಅದೇ ಮಂಚ, ಅದೇ ಮೊಬೈಲ್, ಅದೇ ಇಯರ್ ಫೋನ್.

"ಅರುಂಧತಿ? ತೇಜ! ಪುಷ್ಪಾ!", ಎದ್ದು ಓಡಿ ಹೋಗಿ ಕನ್ನಡಿಯನ್ನೊಮ್ಮೆ ನೋಡಿದಳು. ಯಾವುದೇ ವೇದನೆ ಕಾಣುತ್ತಿರಲಿಲ್ಲ ಅವಳ ಮುಖದಲ್ಲಿ. ಯಾವ ನೋವಿನ ಸಣ್ಣ ಸೂಚನೆಯೂ ಅವಳ ಮನಸಲ್ಲಿ ಇರಲಿಲ್ಲ. ಅವಳ ಎದೆಯಲ್ಲಿದ್ದ ನೋವೆಲ್ಲಾ ಮಾಯವಾದಂತೆ, 'ದೇವರೇ ಏನಿದು? ಏನಿದರ ಅರ್ಥ?' ಮತ್ತದೇ ಧಡ್ ಧಡ್ ಶಬ್ಧದೊಂದಿಗೆ,

"NK open the door, ಬಾಗಿಲು ತೆಗಿ, ನಾನು ಕುಸುಮ್, ಬೇಗ ತೆಗಿ" ಎನ್ನುವ ಸ್ವರ ಕೇಳಿಸಿತು.

ಗಡಿಯಾರ ನೋಡಲು ಘಂಟೆ ಒಂಭತ್ತು, 'ಇಷ್ಟು ಹೊತ್ತು ಮಲಗಿ ಬಿಟ್ಟೆನಾ?' ಎಂದುಕೊಳ್ಳುತ್ತಾ, 'ಇವಳೇಕೆ ಇಷ್ಟು ಬೇಗ ಬಂದಿರುವಳು? ಅಲ್ಲಿ ತೇಜನ ಸಾವು. ಅಂದರೆ ಇಲ್ಲಿಯ ಸೂರ್ಯಕಿರಣ್! Oh my god! ಅಯ್ಯೋ ದೇವರೇ!', ಅವಳ ಎದೆಯ ಬಡಿತ, ಅವಳ ಕಿವಿಗೆ ಕೇಳಿಸುವಷ್ಟು ಜೋರಾಗಿತ್ತು. 'ಸಾವಿನ ಸುದ್ದಿಯೊಂದಿಗೆ ಇವಳು ಬಂದಿರುವಳೇ? ಕನಸಿನ

ಮೂಲಕ ನನಗೆ ಮುಂದೆ ಆಗುವ ಘಟನೆಗಳು ತಿಳಿಯುತ್ತಿದೆಯೇ?', ಎಂದು ಬಾಗಿಲು ತೆರೆಯಲು ಉಸಿರುಕಟ್ಟಿ ಓಡಿದಳು ನಕ್ಷತ್ರ.

ಅಧ್ಯಾಯ V

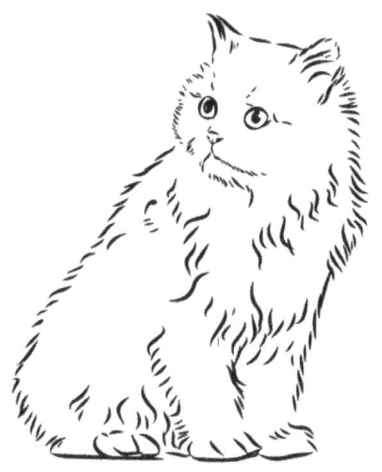

ಬಾಗಿಲು ತೆಗೆಯುವಾಗಲೂ ಅವಳ ಎದೆಯಲ್ಲಿದ್ದ ಹೆದರಿಕೆ ಅದರ ಬಡಿತವನ್ನು ಕೆಣಕುವಷ್ಟಿತ್ತು.

"ಕುಸುಮ್! ಕುಸುಮ್! ಏನಾಯ್ತು?", ಗಾಬರಿ ನಕ್ಷತ್ರಾಳ ಕಣ್ಣುಗಳಲ್ಲದೇ ಅವಳ ಧ್ವನಿಯಲ್ಲೂ ಕೇಳಿಸಿತು.

"ಹೇ ಎನ್. ಕೆ! ಏನಾಯ್ತು? ಈಗ ಎದ್ದೆಯಾ? ಸಾರಿ! (ಕ್ಷಮಿಸು) ಫೋನ್ ಮಾಡಿ ಬರದೇ ದಿಢೀರ್ ಅಂತ ಬಂದದಕ್ಕೆ. ನಾನು ಇಂದು ನಿಮ್ಮ ಮನೆಯಲ್ಲಿ ಸ್ನಾನ ಮಾಡ್ಲಾ? ಹಾಗೆ ಒಂದೆರಡು ದಿನ ನಿನ್ನ ಜೊತೆ ಇರಬಹುದಾ? ನಮ್ಮ ಪಿ.ಜಿಯಲ್ಲಿ ಏನೋ ರಿಪೇರಿಯಂತೆ, ನೀರಿಲ್ಲ, ಕರೆಂಟ್ ಕೂಡ ಇಲ್ಲ. ಎಲ್ಲರನ್ನೂ ಒಂದೆರಡು ದಿನಕ್ಕೆ, ಎಲ್ಲಾದರೂ ಅಡ್ಜಸ್ಟ್ ಮಾಡ್ಕೊಳಿ ಅಂತ ಬೇಡ್ಕೊಂಡ್ರು ಓನರ್", ಎನ್ನುತ್ತಾ ಸೀದಾ ಒಳಗೆ ಬಂದು ಅವಳ ಎರಡು ಬ್ಯಾಗ್ ಗಳನ್ನು ಕೆಳಗಿಟ್ಟು,

"Sorry for the short notice. ನಿಂಗೇನೂ ಪ್ರಾಬ್ಲೆಮ್ (ಸಮಸ್ಯೆ) ಇಲ್ವಲ್ಲಾ?" ಕೇಳಿದಳು ಕುಸುಮ್, ಅಲ್ಲೇ ಇದ್ದ ಸೋಫಾದ ಮೇಲೆ ಕೂರುತ್ತಾ.

"ಓಹ್! No problem ಕುಸುಮ್. ಹೌದು ಈಗಷ್ಟೇ ಎದ್ದೆ. ರಾತ್ರಿ ಮಲಗುವುದು ತಡವಾಯಿತು ಕಣೆ", ಎಂದಳು ನಕ್ಷತ್ರ ಬಾಗಿಲು ಹಾಕುತ್ತಾ. ಒಂದು ಸಮಾಧಾನದ ಮುಗುಳುನಗೆ ಅವಳ ಸುಂದರ ಮುಖದ ಮೇಲೆ ಮೂಡಿತು.

ಇಬ್ಬರೂ ತಯಾರಾಗಿ ಆಫೀಸ್ ತಲುಪುವಷ್ಟರಲ್ಲಿ ಘಂಟೆ ಹನ್ನೊಂದಾಗಿಬಿಟ್ಟಿತ್ತು, ಮನೆಯ ಮುಖ ನೋಡುವುದು ಎಂಟು ಘಂಟೆಗೇ ಎಂದುಕೊಳ್ಳುತ್ತಾ ಇಬ್ಬರೂ ತಮ್ಮ ತಮ್ಮ ಕೆಲಸದಲ್ಲಿ ಮುಳುಗಿದರು.

ಎಂಟು ಘಂಟೆಗೆಲ್ಲಾ ಮನೆಗೆ ತಲುಪಿ ಬಾಗಿಲು ತೆಗೆಯುವಾಗ, ನಾಳೆ ಶನಿವಾರ ಎನ್ನುವ ಸಂತೋಷ ಒಂದು ಕಡೆಯಾದರೆ, ಕುಸುಮ್ ಜೊತೆಗಿರುವುದು ಇನ್ನೊಂದು ನೆಮ್ಮದಿ ತಂದಿತ್ತು ನಕ್ಷತ್ರಾಳಿಗೆ.

"ಎಷ್ಟೊಂದು ಚೆನ್ನಾಗಿ ಅಡುಗೆ ಮಾಡುತ್ತೀಯಾ ಕುಸುಮ್! ಆಸಮ್ (ಅದ್ಭುತ)!", ಎನ್ನುತ್ತಾ ನಕ್ಷತ್ರ ತನ್ನ ಕೊನೆಯ ತುತ್ತು ತಿಂದು ಮುಗಿಸಿದಳು.

ಊಟ ಮುಗಿಸಿ ಇಬ್ಬರೂ ಅದೂ ಇದೂ ಮಾತನಾಡುತ್ತಾ ಮಲಗುವಾಗ ಘಂಟೆ ಹನ್ನೆರಡು ದಾಟಿತ್ತು.

'ನೋವಾ!! ನೋವಾ', ಎಂದು ಚೀರುತ್ತಾ ಎದ್ದಳು.ಆದರೆ ಕಿರುಚಿದ್ದು ಬಿಟ್ಟರೆ ಅವಳಿಗೆ ಬೇರೇನೂ ನೆನಪಾಗಲಿಲ್ಲ. ಪಕ್ಕದಲ್ಲಿ ಕುಸುಮ್ ಶಾಂತವಾಗಿ ಮಲಗಿರುವುದನ್ನು ಕಂಡು, ತಾನು ಕಿರುಚಿದ್ದು ಕನಸಿನಲ್ಲಿ ಏನೋ ಎಂದುಕೊಳ್ಳುತ್ತಾ, ಎದ್ದು ಮತ್ತೆ ಮಲಗಲು ಮಾಡಿದ ಯತ್ನವೆಲ್ಲಾ ವ್ಯರ್ಥವಾಯಿತು.

'ಸರಿ ಗೂಗಲ್ ನಲ್ಲಿ ಸ್ವಲ್ಪ ರಿಸರ್ಚ್ ಮಾಡೋಣ', ಎಂದುಕೊಳ್ಳುತ್ತಾ, ಲ್ಯಾಪ್ಟಾಪ್ ಹಿಡಿದು ನಡುಮನೆಗೆ ತೆರಳಿದಳು.

'ಕನಸು', 'ವಾಸ್ತವ', 'ಜೀವನ', 'ಸಮಯ', 'ಪುನರ್ಜನ್ಮ' ಇವೆಲ್ಲವನ್ನೂ ಸರ್ಚ್ ಬಾರ್ ನಲ್ಲಿ ಬರೆದು ಹುಡುಕಲು, 16 ಪುಟಗಳಲ್ಲಿ ಅವಳು ಹುಡುಕಲು ಬಯಸುತ್ತಿರುವ ಪದಗಳಿವೆ ಎಂದಿತು ಗೂಗಲ್ ಮಹಾಶಯ. ಒಂದೊಂದಾಗಿ ಎಲ್ಲಾ ಪುಟವನ್ನು ತೆರೆಯಲು ನಿರ್ಧರಿಸಿ ಹುಡುಕುತ್ತಾ ಕುಳಿತಳು.

ಆಕಳಿಸುತ್ತಾ 15ನೇ ಪುಟದ ಕೊನೆಯ ಲಿಂಕ್ ತೆರೆಯಲು ಅವಳಿಗೆ ಆಶ್ಚರ್ಯದ ಜೊತೆ ಬರುತಿದ್ದ ನಿದ್ದೆ ಮಾಯವಾಯಿತು.

ಮೊದಲ ನೋಟಕ್ಕೆ ಒಂದು ಸಾಧಾರಣ ಬ್ಲಾಗ್ ಎನಿಸಿದರೂ ಅದರ ವಿನ್ಯಾಸ ಹಾಗೂ ಹೆಸರು ಯಾವುದೋ ಒಂದನ್ನು ಮುಚ್ಚಿಡುವಂತಿತ್ತು. ಅದರ ಹೆಸರಿನ, 'ದಿ ಎಂಟ್ರೊಪಿ ಲೂಪ್ ಆಫ್ ಡ್ರೀಮ್ಸ್'(ಎಂದೂ ಮುಗಿಯದ ಕನಸಿನ ಕುಣಿಕೆ) ಜೊತೆಗೆ ಒಂದು ಚಿಹ್ನೆ- ✲∞✲ ಕೂಡ ಆ ಬ್ಲಾಗ್ ಅನ್ನು ವ್ಯತ್ಯಸ್ಥ ವನ್ನಾಗಿಸಿತ್ತು.

ಬ್ಲಾಗ್ ನಲ್ಲಿ ಹಲವಾರು ಭಾಷೆಯ ಲೇಖನಗಳಿದ್ದವು. ಒಂದು ಆಂಗ್ಲ ಭಾಷೆಯ ಲೇಖನದಲ್ಲಿ ಕನಸಿನ ಜೀವನ ಹಾಗೂ ವಾಸ್ತವದ ಜೀವನದ ಬಗ್ಗೆ ಏನೋ ಬರೆದಿದ್ದರು. ಅರ್ಥವಾಗದ ಸಾಲುಗಳನ್ನು ಓದಿ ನಕ್ಷತ್ರಾಳಿಗೆ ಹುಚ್ಚು ಹಿಡಿಯುವಂತಾಯಿತು. ಕೊನೆಗೆ ಬ್ಲಾಗಿನ ಒಡೆಯ/ಒಡತಿಯ ಬಗ್ಗೆ ಹುಡುಕಿ ಅವರ ಬಳಿ ನೇರವಾಗಿ ಮಾತನಾಡೋಣವೆಂದುಕೊಂಡು ಬ್ಲಾಗ್ ಅನ್ನು ಪೂರ್ತಿಯಾಗಿ ತಡಕಾಡಿದಳು.

ಯಾರ ಹೆಸರನ್ನು ಕಾಣದೆ, ಇದೆಂತಹ ಅನಾಥವಾದ ಬ್ಲಾಗ್ ಎಂದುಕೊಳ್ಳುತ್ತಿರುವಾಗಲೇ, ಪುಟದ ಕೊನೆಯಲ್ಲಿ ಒಂದು

ಇಮೇಲ್ ವಿಳಾಸದ ಮೇಲೆ ಅವಳ ಗಮನ ತಿರುಗಿತು. ಬ್ಲಾಗ್ ನ ಹೆಸರೇ ಅದಕ್ಕೂ ಇದ್ದದ್ದನ್ನು ನೋಡಿ, 'ಯಾರೋ ಇದನ್ನು ಬೇಕಂತಲೇ ಹೀಗೆ ಮಾಡಿದ್ದಾರೆ. ಈ ವಿಷಯಗಳ ಬಗ್ಗೆ ಅರಿವಿರುವವರಿಗೆ ಅಥವಾ ಈ ರೀತಿ ಅನುಭವಿಸುತ್ತಿರುವವರಿಗೆ ಮಾತ್ರ ಇವರನ್ನು ಸಂಪರ್ಕಿಸಲು ಮಾಡಿರುವ ರಹಸ್ಯ ಬ್ಲಾಗ್ ಇರಬಹುದು ಇದು' ಎಂದು ತನಗೆ ತಾನೇ ಹೇಳಿಕೊಳ್ಳುತ್ತಾ, ತನ್ನ ಹೆಸರು, ವೃತ್ತಿ ಯೊಂದಿಗೆ ತನಗೆ ಬರುವ ಕನಸುಗಳ ಬಗ್ಗೆ ಸಂಕ್ಷಿಪ್ತವಾಗಿ ಬರೆದು ಅಲ್ಲಿದ್ದ ಇಮೇಲ್ ವಿಳಾಸಕ್ಕೆ ಕಳುಹಿಸಿದ ನಂತರ ಸಮಾಧಾನದ ನಿಟ್ಟುಸಿರಿನೊಂದಿಗೆ ಹೋಗಿ ಕೋಣೆಯೊಳಗೆ ಮಲಗಿದಳು.

ಒಂದು ವಾರ ಕುಸುಮ್ ನೊಂದಿಗೆ ಹೇಗೆ ಸಮಯ ಕಳೆಯಿತೆಂದೆ ತಿಳಿಯಲಿಲ್ಲ ನಕ್ಷತ್ರಾಳಿಗೆ. ಆಶ್ಚರ್ಯವೆಂದರೆ ಅವಳಿಗೆ ಯಾವುದೇ ಕನಸುಗಳು ಬೀಳಲಿಲ್ಲ ಆ ದಿನಗಳಲ್ಲಿ, ತಾನು ಕಳುಹಿಸಿದ ಇಮೇಲ್ ಕುರಿತೂ ಮರೆತೇ ಹೋಗಿತ್ತು.

ಕುಸುಮ್ ಮತ್ತೆ ತನ್ನ ಪಿ.ಜಿ ಗೆ ವಾಪಸ್ಸಾಗುವ ದಿನ ಬಂದೇ ಬಿಟ್ಟಿತ್ತು. ಅವಳನ್ನು ಬೀಳ್ಕೊಟ್ಟು 'ಅಬ್ಬಾ', ಎಂಬ ಉದ್ಗಾರದೊಂದಿಗೆ ತನ್ನ ಸೋಫಾ ಮೇಲೆ ಕುಳಿತು, ಛಾವಣಿಯಲ್ಲಿ ತಿರುಗುವ ಫ್ಯಾನ್ ನ ಕಡೆ ದಿಟ್ಟಿಸುತ್ತಾ ಕುಳಿತಳು. ಒಮ್ಮೆಲೇ, 'ಅಯ್ಯೋ ದೇವರೇ! ಇಮೇಲ್' ಎನ್ನುತ್ತಾ ತನ್ನ ಲ್ಯಾಪ್ಟಾಪ್ ತಂದು ಮತ್ತದೇ ಸೋಫಾದ ಮೇಲೆ ಕುಳಿತಳು.

ಇಮೇಲ್ ಗಾಗಿ ತಡಕಾಡುತ್ತಿರುವಾಗ ಅವಳ ತಲೆಯಲ್ಲಿ, ಪ್ರಶಾಂತವಾದ ನೀರಿಗೆ ಕಲ್ಲೆರೆಚಲು, ಅದರಿಂದ ಮೂಡಿ ಬರುವ ಅಲೆಗಳಂತೆ ಒಂದೊಂದೇ ಪ್ರಶ್ನೆಗಳು ಅವಳ ಶಾಂತವಾಗಿದ್ದ ಮನಸ್ಸಿನಲ್ಲಿ ಏಳಲಾರಂಭಿಸಿತು.

'ಏಕೆ ನನಗೆ ಈ ಒಂದು ವಾರ ಕನಸೇ ಬರಲಿಲ್ಲ? ಆ ರೋಗ ನಿಂತಿತೇ?ಎಲ್ಲವೂ ಕೇವಲ ಕಾಕತಾಳೀಯವೇ? ಸೂರ್ಯಕಿರಣ್ ಹಾಗು ತೇಜನಿಗು ಯಾವುದೇ ಸಂಬಂಧವಿಲ್ಲವಾ? ಮಾಯಿಯಾಳ ಲೋಕ ನಾನು ನೋಡುವ ಫ್ಯಾಂಟಸಿ ಚಿತ್ರಗಳ ಪ್ರಭಾವವಿರಬಹುದೇ? ಕುಸುಮ್ ಇದ್ದುದಕ್ಕೆ ನನಗೆ ಕನಸು ಬೀಳಲಿಲ್ಲವಾ?' ಹೀಗೆ ಹತ್ತು ಹಲವು.,

ಯಾವುದೇ ಇಮೇಲ್ ಬರದೇ ಇರುವುದನ್ನು ನೋಡಿ, 'ಓಹ್, it's just another fake email ID' ಎಂದು ಇನ್ನೇನು ಮುಚ್ಚಿಡಬೇಕು ಅಷ್ಟರಲ್ಲಿ ಯಾಕೋ ಅವಳಿಗೆ ಮತ್ತೊಂದು ಇಮೇಲ್ ಬರೆಯಬೇಕೆನ್ನಿಸಿ, ಎರಡೂ ಕನಸುಗಳನ್ನು ಇನ್ನಷ್ಟು ವಿವರವಾಗಿ ಬರೆದು ಕೊನೆಯಲ್ಲಿ, ತನಗೆ ಬಹಳವಾಗಿ ಕಾಡಿದ ತೇಜನ ಸಾವಿನ ಬಗ್ಗೆಯೂ ಬರೆದಳು.

ಲ್ಯಾಪ್ಟ್ಯಾಪ್ನಲ್ಲಿ ಅದೂ ಇದೂ ಹುಡುಕುತ್ತಾ ಸಮಯ ಹೋಗಿದ್ದೇ ತಿಳಿಯಲಿಲ್ಲ ಅವಳಿಗೆ, ಮಲಗಲು ಇಂದೇಕೋ ಒಂದು ರೀತಿಯ ಭಯ ಕಾಡಿತು. ಕುಸುಮ್ ಇದ್ದದ್ದು ಅಭ್ಯಾಸವಾಗಿಬಿಟ್ಟಿತ್ತು ನಕ್ಷತ್ರಾಳಿಗೆ. ಸಮಯ ಒಂದು ಘಂಟೆ ದಾಟಿದ್ದರಿಂದ ಬಲವಾಗಿ ಕಣ್ಮುಚ್ಚಿ ಮಲಗಲು ಪ್ರಯತ್ನಿಸಿದಳು.

"ಏಂಜಲ್... ಏಂಜಲ್...", ಯಾರೋ ಅವಳ ತಲೆ ಸವರುತ್ತಿದ್ದರು.

ಕಣ್ಣು ತೆರೆದು ನೋಡಲು ಹದಿನೆಂಟು ವಯಸ್ಸು ಇರಬಹುದು, ಒಬ್ಬ ಸುಂದರವಾದ ಹುಡುಗಿ ತನ್ನ ತಲೆಯ ಮೇಲೆ ಕಿವಿಯ ಹಿಂಬದಿಯೆಲ್ಲಾ ಸವರಿದಂತೆ ಅವಳಿಗನಿಸಿತು. ಕಣ್ಣು ಸರಿಯಾಗಿ ತೆರೆದು ನೋಡಲು ಅದೊಂದು ಐಷಾರಾಮಿ ಕೋಣೆ. ಎಲ್ಲಾ ಸೌಲಭ್ಯಗಳೂ ಇದ್ದವು. ಟಿವಿ, ಫ್ರಿಡ್ಜ್, ಎ. ಸಿ, ಅಲ್ಲೇ ಕಾಣುತ್ತಿದ್ದ ಸುಂದರವಾದ ಮಂಚ. ಕೋಣೆಯೇ ಒಂದು ದೊಡ್ಡ ಮನೆಯಂತಿತ್ತು. ತಾನು ಒಂದು ಸಣ್ಣದಾದ, ಹತ್ತಿಗಿಂತಲೂ ಮೃದುವಾದ ಮೆತ್ತೆಯಂತಿದ್ದ, ಒಂದು ಬುಟ್ಟಿಯಲ್ಲಿ ಮಲಗಿದ್ದನ್ನು ಮನವರಿಕೆ ಮಾಡಿಕೊಂಡು ಇನ್ನಷ್ಟು ಕಣ್ಣುಗಳನ್ನು ದೊಡ್ಡದು ಮಾಡಿ ಮತ್ತೊಮ್ಮೆ ತೆರೆದಳು.

"ಅಚೊ... ಅಚೊ..., ಏನಾಯ್ತು ನನ್ ಏಂಜಲ್ ಬೇಬಿಗೆ", ಎಂದು ಬುಟ್ಟಿಯಿಂದ ಅವಳನ್ನು ಎತ್ತಿ ಹಣೆಗೆ ಮುತ್ತಿಟ್ಟಾಗ ಭಾಸವಾಗಿದ್ದು ತಾನೊಂದು ಸಾಕುಬೆಕ್ಕು ಎಂದು.

ಒಮ್ಮೆಲೇ ಛಂಗನೆ ಹಾರಿ ಕೆಳಗೆ ನಿಲ್ಲುವಾಗಲಂತೂ ಆಶ್ಚರ್ಯದೊಂದಿಗೆ ತನಗೆ ಹೀಗೆ ಬ್ಯಾಲೆನ್ಸ್(ಸಮತೋಲನ) ಮಾಡಲು ಸಾಧ್ಯವೇ? 'ಅಬ್ಬಾ!!! ಇಷ್ಟು ದಿನ ಮನುಷ್ಯಳಾಗಿದ್ದೆ ಈಗ ಬೆಕ್ಕು. ಆದರೂ ಇದೆಲ್ಲಾ ನನಗೆ ಪರಿಚಯವಿದ್ದಂತೆ ಇದೆಯಲ್ಲ?' ಅಲ್ಲೇ ಇದ್ದ ಸುಂದರವಾದ ಕನ್ನಡಿಯ ಮುಂದೆ ನಿಂತು ತನ್ನನ್ನು ನೋಡಿಕೊಳ್ಳಲು ಅವಳೊಂದು ಸುಂದರವಾದ ಬಿಳಿಯ

ಹಾಗು ಅಲ್ಲಲ್ಲಿ ಸ್ವರ್ಣ ವರ್ಣದ ಗೆರೆಗಳಿರುವ ಪರ್ಷಿಯನ್ ತಳಿಯ ಬೆಕ್ಕು. ಕುತ್ತಿಗೆಯಲ್ಲಿ ಹೃದಯಾಕಾರದ ಡಾಲರ್ ಮೇಲೆ 'ಏಂಜಲ್' ಎಂದು ನೇರಳೆ ಬಣ್ಣದಲ್ಲಿ ಬರೆದಿದ್ದನ್ನು ಗಮನಿಸಿದಳು.

ಅಷ್ಟರಲ್ಲೇ ಮತ್ತದೇ ಹಂದಿನೆಂಟರ ಹುಡುಗಿ ಇವಳ ಹತ್ತಿರ ನಿಂತು, "ಹಸಿವಾಗ್ತಿದೆಯಾ? ನನ್ ಮುದ್ದುಗೆ ? ಫಿಯೋನಾ... Can you please bring her food?" ಎಂದು ಬಾಗಿಲ ಕಡೆಗೆ ನೋಡಿ ಜೋರಾಗಿ ಕಿರುಚಿದಳು.

ಆಗಲೇ ಅವಳಿಗರಿವಾಗಿದ್ದು ಅಲ್ಲಿ ಮಾತನಾಡುತ್ತಿದ್ದ ಭಾಷೆ ಸ್ಪ್ಯಾನಿಷ್ ಎಂದು. ಎಲ್ಲಾ ಕನಸುಗಳಲ್ಲೂ ಆಗುವಂತೆ ಅವಳಿಗೆ ಆ ಭಾಷೆಯೂ ಅರ್ಥವಾಗುತ್ತಿತ್ತು. 'ತಾನು ಸ್ಪೇನ್ ನಲ್ಲಿ ಬೆಕ್ಕಾಗಿ ಹೇಗೆ ಬದುಕುತ್ತಿದ್ದೇನೆ? ಏನಿದು ಹೊಸ ತರಹದ ಅನುಭವ?' ಎಂದುಕೊಳ್ಳುತ್ತಿರವಾಗಲೇ, "ಬಾ ಏಂಜಲ್, your breakfast is ready", ಎಂದಳು ಆ ಹುಡುಗಿ ಮತ್ತೆ ಅವಳ(ಬೆಕ್ಕಿನ) ತಲೆ ಸವರುತ್ತಾ.

"ಗ್ರಾಸಿಯಾಸ್ ಫಿಯೋನಾ" ಎಂದು ಫಿಯೋನಾ ತಟ್ಟೆ ಇಟ್ಟು ಹೋಗುವಾಗ ಧನ್ಯವಾದ ಹೇಳಿದಳು ಆ ಹದಿನೆಂಟರ ಹುಡುಗಿ. ಸಣ್ಣದಾದ ಬಟ್ಟಲಲ್ಲಿ ಹಾಲು, ಅದರೊಂದಿಗೆ ಮೊಟ್ಟೆ ಬೇಯಿಸಿ ಚೂರು ಮಾಡಿದ್ದು, ಹಾಗೆ ಕ್ಯಾಟ್ ಫುಡ್ ಕೂಡ ಆ ದೊಡ್ಡ ತಟ್ಟೆಯಲ್ಲಿತ್ತು.ತನಗೆ ಕಾಣುತ್ತಿದ್ದ ಎಲ್ಲಾ ಪಾತ್ರೆಗಳು ಬಹಳ ಬೆಲೆ ಬಾಳುವಂತಹದ್ದು ಎಂದನಿಸಿತು ಅವಳಿಗೆ. ಮತ್ತೊಂದು ಕಡೆ

ಪ್ರತಿದಿನ ಇದೇ ಅಭ್ಯಾಸವಿದ್ದಂತೆ ಇತ್ತು ಭಾವ. ಆದರೂ ಅವಳ ತಲೆಯಲ್ಲಿ ಓಡುತ್ತಿದ್ದ ವಿಚಾರ ತಾನು ಮನುಷ್ಯಳೋ? ಅನ್ಯ ಗ್ರಹದ ಜೀವಿಯೋ? ಅಥವಾ ಬೆಕ್ಕೋ?

ಎದುರಿಗಿದ್ದದ್ದನ್ನೆಲ್ಲ ತಿಂದು ತನ್ನ ಮುಖವನ್ನೆಲ್ಲಾ ತಾನೇ ನೆಕ್ಕುತ್ತಿರಲು, "Come Angel! Time for your nap again", ಎನ್ನುತ್ತಾ ಅವಳನ್ನು ತಂದು ಮತ್ತದೇ ಬುಟ್ಟಿಯಲ್ಲಿಟ್ಟು ಒಂದೊಳ್ಳೆಯ ಮೆದುವಾದ ಸ್ಪ್ಯಾನಿಷ್ ಹಾಡೊಂದನ್ನು ಗುನುಗಲಾರಂಭಿಸಿದಳು ಆ ಹದಿನೆಂಟರ ಹುಡುಗಿ. ತನಗೆ ತಿನ್ನುವುದು ಮಲಗುವುದು ಬಿಟ್ಟರೆ ಬೇರೆ ಯಾವ ಕೆಲಸವೂ ಇಲ್ಲವೇ? ಎಂದುಕೊಳ್ಳುತ್ತಾ ಅವಳಿಗೇ ಅರಿವಿಲ್ಲದಂತೇ, ಕಣ್ಣುಗಳು ಆ ಹಾಡಿನ ಮಾಧುರ್ಯಕ್ಕೆ ಮುಚ್ಚಲು ತೊಡಗಿದವು.

ಜೋರಾದ ಗುಡುಗಿನ ಸದ್ದಿಗೆ ಮತ್ತೆ ಎದ್ದಳು ಅವಳು. ಎದ್ದು ನೋಡಲು ಕಿಟಕಿಯಿಂದ ಮಳೆ ಸುರಿಯುತ್ತಿರುವುದು ಕಾಣುತಿತ್ತು. ಎದ್ದವಳು ನೇರ ಕನ್ನಡಿಯ ಬಳಿ ಓಡಿದಳು. ಮತ್ತದೇ ನಕ್ಷತ್ರ, ಮನುಷ್ಯಳಾಗಿ ನಿಂತಿದ್ದಳು. 'ದೇವರೇ!!' ಎಂದು ಜೋರಾಗಿ ಒಮ್ಮೆ ಕೂಗಿದಳು.

'ಏನಾಗ್ತಾ ಇದೆ ನನಗೆ? ಹೀಗೆ ಆಗ್ತಾ ಇದ್ರೆ ಹುಚ್ಚು ಹಿಡಿಯುತ್ತದೆ. ಮನುಷ್ಯಳಾಗಿದ್ದಾಗಲಂತೂ ಸರಿ, ಇದೇನಿದು ಬೆಕ್ಕು' ಎನ್ನುತ್ತಾ ಮತ್ತೆ ತಲೆ ಮೇಲೆ ಕೈ ಹೊತ್ತು ಹಾಗೆ ಕುಸಿದು ಕುಳಿತಳು. ಯಾರಿಗೂ ಹೇಳಲಾಗದ ಈ ಸ್ಥಿತಿ ಅವಳಿಗೆ ಅವಳ ಮನಸ್ಸಿಗೆ ಬಹಳ ವೇದನೆ ತಂದಿತು. ಇಂದು ಆಫೀಸ್ಗೆ (ಕಚೇರಿಗೆ)

ಹೋಗುವುದು ಬೇಡವೆಂದು ತೀರ್ಮಾನಿಸಿ, ಮೇಲಧಿಕಾರಿಗೆ ಒಂದು ಸಂದೇಶ ಕಳುಹಿಸಿದಳು. ಕಾಫಿ ಮಾಡಿ ಕುಡಿದರೆ ಸ್ವಲ್ಪ ತಲೆ ನೋವು ಕಡಿಮೆಯಾಗಬಹುದೆಂದು ಅಡುಗೆ ಮನೆಯತ್ತ ನಡೆಯಲು ಮುಂದಾದಳು ನಕ್ಷತ್ರ.

ತನ್ನ ಬೆಳಗಿನ ಎಲ್ಲಾ ಕೆಲಸ ಮುಗಿಸಿ ಬೇಗ ತನ್ನ ಲ್ಯಾಪ್ಟ್ಯಾಪ್ ತೆರೆದು, ಅವಳು ಕಳುಹಿಸಿದ ಇಮೇಲ್ ಗೆ ಏನಾದರೂ ಉತ್ತರ ಬಂದಿರಬಹುದೆಂದು ಎಲ್ಲಾ ಸಂದೇಶಗಳನ್ನು ಹುಡುಕಲಾರಂಭಿಸಿದಳು.

"ಹಾಯ್ ನಕ್ಷತ್ರ!", ಎಂಬ ಸಬ್ಜೆಕ್ಟ್ ಲೈನ್ ನೊಂದಿಗೆ ತಾನು ಕಳುಹಿಸಿದ ಅದೇ ಇಮೇಲ್ ಐಡಿಯಿಂದ ಬಂದ ಸಂದೇಶವನ್ನು ನೋಡಿ ಅತೀವ ಸಂತೋಷದಿಂದ ಅದನ್ನು ತೆರೆದಳು.

ಅವಳ ಪ್ರಶ್ನೆಗಳಿಗೆ ಏನು ಉತ್ತರ ಬಂದಿರಬಹುದು ಎಂಬ ಕುತೂಹಲ ಅವಳ ಕಣ್ಣು, ಮನಸ್ಸು, ತಲೆಯನ್ನೆಲ್ಲಾ ಆವರಿಸಿತ್ತು. ತೆರೆಯಲು ಮತ್ತದೇ ✲∞✲ ಚಿಹ್ನೆ. ಅಲ್ಲಿ ಕೇವಲ ಒಂದು ಮೊಬೈಲ್ ಸಂಖ್ಯೆಯನ್ನು ಕೊಡಲಾಗಿತ್ತು. "Please contact me in this number - Whatsapp", ಎಂಬ ಒಂದು ಸಾಲು ಮಾತ್ರ ಅದರ ಕೆಳಗಿತ್ತು.

ಬೇಗ ತನ್ನ ಮೊಬೈಲ್ ತೆರೆದು ಈಮೇಲ್ ನಲ್ಲಿದ್ದ ಸಂಖ್ಯೆಗಳನ್ನು ಒತ್ತಿ, "ಎಂಟ್ರೊಪಿ" ಎಂದು ಸೇವ್ (ಸಂರಕ್ಷಿಸಿ) ಮಾಡಿ ವಾಟ್ಸಆಪ್ ಅನ್ನು ತೆರೆದಳು. ಇದನ್ನು ಮಾಡುವಾಗ ಅವಳು ಬೇರೇನನ್ನೂ ಯೋಚನೆ ಮಾಡಲಿಲ್ಲ, ಏಕೆಂದರೆ ಅವಳ

ಬಳಿ ಇದ್ದ ಕೊನೆಯ ಪರಿಹಾರ ಇದೊಂದೇ ಎಂದು ಅವಳಿಗೆ ತಿಳಿದಿತ್ತು. ಅವಳ ಮಾನಸಿಕ ಸ್ಥಿತಿ ಸಮತೋಲನವನ್ನು ಕಳೆದುಕೊಳ್ಳುವ ಅಂಚಿನಲ್ಲಿತ್ತು, ಹಾಗಾಗಿ ಬೇರೆ ರೀತಿಯ ಸಂದೇಹಗಳು ಬಾರದಂತೆ ಅವಳ ಮನಸ್ಸು ಎಲ್ಲಾ ರೀತಿಯ ಯೋಚನೆಗಳನ್ನು ಮರೆ ಮಾಡಿತು.

"ಹಾಯ್! ನಾನು ನಕ್ಷತ್ರ. ಇಮೇಲ್ ನಿಂದ ಸಿಕ್ಕ ನಂಬರ್ ಇದು. ದಯಮಾಡಿ ನನ್ನ ಪ್ರಶ್ನೆಗಳಿಗೆ ಉತ್ತರ ನೀಡಿ. ನನಗೆ ಹುಚ್ಚು ಹಿಡಿಯುತ್ತಿದೆ. ನೆನ್ನೆ ಬಿದ್ದ ಕನಸಂತೂ...," ಎಂದು ಪೂರ್ತಿ ಕನಸನ್ನು ವಿವರಿಸಿ ಸಂದೇಶವನ್ನು ಕಳುಹಿಸಿದಳು.

ಐದು ನಿಮಿಷ ಕಳೆದಿರಬಹುದು ಆ ಕಡೆ ಇಂದ, "ಹಾಯ್ ನಕ್ಷತ್ರ. ಹುಚ್ಚು ಹಿಡಿಯುವಂತಹ ಯಾವ ಪರಿಸ್ಥಿತಿಯೂ ನಿನಗೆ ಬಂದಿಲ್ಲ. ನನಗೆ ವಾಟ್ಸಆಪ್ ಅಥವಾ ಇಮೇಲ್ ನಲ್ಲಿ ಇವೆಲ್ಲವನ್ನೂ ವಿವರಿಸಲು ಅಸಾಧ್ಯ. ನಿನಗೆ ಸರಿಯೆನಿಸಿದರೆ ಈ ಭಾನುವಾರ ಸಂಜೆ ಸರಿಯಾಗಿ 4 ಘಂಟೆಗೆ, ನಾನು ಹೇಳುವ ಸ್ಥಳಕ್ಕೆ ಬರುವುದಾದರೆ ನನ್ನ ಅನುಭವ ಗಳೊಂದಿಗೆ ವಿವರಿಸುತ್ತೇನೆ. ಲೊಕೇಶನ್ ನಿನಗೆ ಭಾನುವಾರ ಸಂಜೆ 3 ಘಂಟೆಗೆ ಕಳುಹಿಸುತ್ತೇನೆ. ಆಲೋಚನೆ ಮಾಡು" ಎಂಬ ಉತ್ತರ ಬಂತು.

ಅದೇ ಸಂದೇಶವನ್ನು ಹತ್ತು ಸಲ ಓದಿ ಅವಳಿಗೆ ತನ್ನ ಸ್ಥಿತಿಯನ್ನು ಅರ್ಥ ಮಾಡಿಕೊಂಡ ಒಬ್ಬರಾದರೂ ಈ ಭೂಮಿಯ ಮೇಲೆ ಇದ್ದಾರಲ್ಲ, ಏನಾದರೂ ಆಗಲಿ ಅವರನ್ನು ಭೇಟಿಯಾಗಲೇಬೇಕೆನ್ನುವ ಧೃಡ ನಿರ್ಧಾರ ಮಾಡಿ, "ಸರಿ, ನಾನು

ರೆಡಿ!", ಎಂದು ಉತ್ತರಿಸಿ ಮೊಬೈಲ್ಅನ್ನು ಪಕ್ಕಕ್ಕೆ ಇಟ್ಟು ಮತ್ತದೇ
ಮಳೆ ಸುರಿಯುತ್ತಿದ್ದ ಕಿಟಕಿಯನ್ನು ದಿಟ್ಟಿಸುತ್ತಾ ಕುಳಿತಳು ನಕ್ಷತ್ರ.

ಅಧ್ಯಾಯ VI

ಹೇಗೆ ಭಾನುವಾರ ಸಂಜೆ 3 ಘಂಟೆಗೆ ಬರುವ ಸಂದೇಶಕ್ಕಾಗಿ ಎರಡು ದಿನಗಳನ್ನು ಕಷ್ಟಪಟ್ಟು ಕಳೆದಳೊ ಅವಳಿಗೇ ಆಶ್ಚರ್ಯವಾಗಿತ್ತು. ಒಂದು ರೀತಿಯ ಯಾಂತ್ರಿಕ ಮಾನವಳಂತೆ ತನ್ನ ಎರಡು ದಿನಗಳ ದಿನಚರಿಯನ್ನು ಮುಗಿಸಿದ್ದಳು. ಮನೆಯವರೊಂದಿಗೂ, ಗೆಳೆಯರೊಂದಿಗೂ ಮಾತನಾಡುವ ಗೋಜಿಗೆ ಹೋಗಲಿಲ್ಲ. ಎರಡು ರಾತ್ರಿಗಳು ಅವಳಿಗೆ ಯಾವುದೇ ಕನಸುಗಳು ಬಂದಿರಲಿಲ್ಲ, ಸ್ವಲ್ಪ ವಿಚಿತ್ರವೆನಿಸಿದರೂ ಅದರ ಬಗ್ಗೆ ಅಷ್ಟೊಂದು ಗಮನ ಕೊಡಲಿಲ್ಲ ಅವಳು. ಉತ್ತರಗಳು ಏನಿರಬಹುದು? ಹೇಗಿರಬಹುದು? ಎಷ್ಟೆಲ್ಲಾ ಸಾಧ್ಯತೆಗಳು ಅವಳ ತಲೆಯಲ್ಲಿ ಬಂದವೋ ಅಷ್ಟನ್ನೂ ಯೋಚಿಸಿ ಅವಲೋಕಿಸಿದ್ದಳು.

ಆ ದಿನ ಬಂದೇ ಬಿಟ್ಟಿತು. ಭಾನುವಾರ...

ಎಲ್ಲಾ ಕೆಲಸಗಳನ್ನು ಮುಗಿಸಿ, ಬಹಳ ಮುಖ್ಯವಾದ ಹಾಗೂ ಗೆಲುವು ಸಿಗಲೇ ಬೇಕು ಎನ್ನುವ ಸನ್ನಿವೇಶಕ್ಕಾಗಿ ಮಾತ್ರ ಮೀಸಲಿಟ್ಟ, ಲಕ್ಕಿ(ಅದೃಷ್ಟ) ಬಟ್ಟೆಯಾದ ಬಿಳಿಯ ಟಾಪ್ ಹಾಗು ನೀಲಿ ಜೀನ್ಸ್ ಹಾಕಿ ಇನ್ನೇನು ಸೋಫಾದ ಮೇಲೆ ಕುಳಿತುಕೊಳ್ಳಬೇಕು ಎನ್ನುವಷ್ಟರಲ್ಲಿ ಮೊಬೈಲ್, 'ಸಂದೇಶ ಸಿಕ್ಕಿತು' ಎಂದು ಗುಣುಗುಟ್ಟಿತು. ಕಣ್ಣು ಅರಳಿಸಿ ಅವಳು ಬೇಗ ಸಂದೇಶವನ್ನು ತೆಗೆದಳು. ಒಂದು ಲೊಕೇಶನ್ ಬಿಟ್ಟು ಅದರಲ್ಲಿ ಬೇರೇನೂ ಬಂದಿರಲಿಲ್ಲ. ಅವಳ ಮನೆಯಿಂದ ಇಪ್ಪತ್ತೈದು ಕಿ.ಮೀ ದೂರದಲ್ಲಿ ಆ ಸ್ಥಳವಿತ್ತು. ಅವಳ ಸಂತೋಷಕ್ಕೆ ಪಾರವೇ ಇರಲಿಲ್ಲ. ಮೊದಲ ಘಟ್ಟದ ಪರೀಕ್ಷೆ ದಾಟಿದಷ್ಟು ಸಂತೋಷ ಅವಳಿಗಾಯಿತು.

'ಅಬ್ಬಾ! ಕೊನೆಗೂ ಉತ್ತರ ಸಿಗುವ ಸಮಯ ಹತ್ತಿರ ಬಂತು. ಇದು ನಕಲಿ ಅಲ್ಲ, ಆದರೂ ಯಾರೋ ಅಪರಿಚಿತರ ಮನೆಗೆ ಹೋಗುತ್ತಾ ಇದ್ದೀನಿ, so I have to be careful. ಸ್ವಲ್ಪ ಹುಷಾರಾಗಿ ಹೋಗಬೇಕು', ಎಂದುಕೊಳ್ಳುತ್ತಾ ಕ್ಯಾಬ್ ಬುಕ್ ಮಾಡಿ, ತಕ್ಷಣ ಅಡುಗೆ ಮನೆ ಕಡೆ ಓಡಿದಳು.

ಇಂತಹ ಸನ್ನಿವೇಶಗಳಿಗಾಗಿ ಮೀಸಲಿಟ್ಟ 'ಪೆಪ್ಪರ್ ಸ್ಪ್ರೇ(ಕಾಳುಮೆಣಸಿನ ಪುಡಿ ಸಿಂಪಡಿಸುವ)' ಬಾಟಲ್‌ಅನ್ನು ತನ್ನ ಬ್ಯಾಗಿನೊಳಗೆ ತುರುಕಿ ಕ್ಯಾಬ್ ಗಾಗಿ ಕಾಯುತ್ತಾ ಕುಳಿತಳು.

ಕ್ಯಾಬ್ ಚಾಲಕನು ಬರಲು ಮನೆಗೆ ಬೀಗ ಜಡಿದು ಅವಸರವಾಗಿ ವಾಹನ ಹತ್ತಿ ಕುಳಿತಳು. 25 ಕಿ.ಮೀ ಗಳು ಅವಳಿಗೆ ಮತ್ತೊಂದು ಗ್ರಹಕ್ಕೆ ಹೋಗುತ್ತಿರುವಷ್ಟು ದೂರವೆಂಬಂತೆ ಭಾಸವಾಯಿತು.

ಕೊನೆಗೂ ಅವಳು ತಲುಪಬೇಕಾದ ಸ್ಥಳ ಬಂದೇ ಬಿಟ್ಟಿತು.

ಕ್ಯಾಬ್ ನವನಿಗೆ ದುಡ್ಡು ಕೊಡುತ್ತಿರಲು "ಏನ್ ಮೇಡಂ? ಇಷ್ಟೊಂದು ದೂರ! ಅದೂ ಅಕ್ಕ-ಪಕ್ಕ, ಹತ್ತು ಕಿ.ಮೀ ದೂರದವರೆಗೂ ಯಾವ ಮನೆಗಳೂ ಇಲ್ಲದ ಜಾಗದಲ್ಲಿ ನಿಮ್ಮ ಪರಿಚಯದವರು ಮನೆ ಮಾಡಿದ್ದಾರೆ!", ಎಂದು ಆಶ್ಚರ್ಯದಿಂದ ಅವಳನ್ನು ಕೇಳಿದ.

"ಹೌದು ರೀ...," ಎಂದಷ್ಟೇ ಹೇಳಿ ತಲೆಯಲ್ಲಾಡಿಸಿದಳು ಹೊರತು ಯಾವುದೇ ರೀತಿಯ ಮುಖ ಭಾವನೆಯನ್ನು

ಅವನೆದುರು ತೋರಲಿಲ್ಲ ಏಕೆಂದರೆ, ಅವಳಿಗೂ ಆ ವಿಷಯದ ಬಗ್ಗೆ ಅರಿವಾಗಿದ್ದು ಅವನು(ಡ್ರೈವರ್) ಹೇಳಿದಾಗಲೇ...

ಕ್ಯಾಬ್ ಕಣ್ಣಿಗೆ ಕಾಣದಷ್ಟು ದೂರ ಹೋದ ನಂತರ ಅವಳು ಆ ಮನೆಯ ಕಡೆ ಮುಖ ಮಾಡಿದಳು. ಮನೆಯು ಸ್ವಲ್ಪ ತಗ್ಗಿನ ಪ್ರದೇಶದಲ್ಲಿತ್ತು. ಮನೆಯ ಮುಂದೆ ಇರುವ ಹೂದೋಟದ ನಟ್ಟ ನಡುವೆ ಕಂಡದ್ದು ಬಿಳಿ ಬಣ್ಣದ ಕಟ್ಟಡ ಮಾತ್ರ.

ಅವಳು ಆ ಮನೆಯ ಗೇಟಿನ ಬಳಿ ಬಂದಳು. ಎದುರಿಗೆ 10 ಅಡಿ ಉದ್ದವಿರುವ ಬೃಹದಾಕಾರದ ಚೌಕದ ಗೇಟ್, ಅದಕ್ಕಂಟಿಕೊಂಡು ಅಷ್ಟೇ ಎತ್ತರವಿದ್ದ, ಕೇವಲ ಕಲ್ಲುಗಳನ್ನು ಉಪಯೋಗಿಸಿ ಕಟ್ಟಿದ ಕಾಂಪೌಂಡ್ ಆ ಮನೆಯನ್ನು ಭದ್ರವಾಗಿ ತನ್ನೊಳಗೆ ಹಿಡಿದಿಟ್ಟಂತೆ ಭಾಸವಾಯ್ತು.

ಬಲಗಡೆಯ ಕಾಂಪೌಂಡಿನ ಗೋಡೆಯ ಮೇಲೆ ಕಪ್ಪು ವರ್ಣದ ಚೌಕಾಕಾರದ ಕಲ್ಲಿನ ಮೇಲೆ ಬಿಳಿ ಶಾಯಿಯಿಂದ ಅದೇ ಚಿಹ್ನೆಯನ್ನು "✼∞✼", ಕೆತ್ತಲಾಗಿತ್ತು. ಅದರ ಕೆಳಗೆ ಎರಡು ಅಡಿಬರಹಗಳು ಇದ್ದವು,

"ENTROPY X INFINITY X ENTROPY

(ಎಂಟ್ರೊಪಿ X ಇನ್ಫಿನಿಟಿ X ಎಂಟ್ರೊಪಿ)"

"LIFE IN THE MIDDLE OF CHAOS (ಗೊಂದಲದ/ಅನಾಯಕತ್ವದ ನಡುವೆ ಬದುಕು)" ಎಂದು.

ಅದನ್ನು ಓದುತ್ತಲೇ ಅವಳ ಮನಸ್ಸಿನಲ್ಲಿ ಒಂದು ವಿಚಿತ್ರವಾದ ಸಮಾಧಾನ ನೆಲೆ ಮಾಡಿತು. ಉತ್ತರ ಸಿಗುವ ಜಾಗಕ್ಕೇ ತಾನು ಬಂದಿರುವೆ ಎಂಬ ಸಂತೋಷವೂ ಸಮಾಧಾನದ ಬೆನ್ನೇರಿತ್ತು.

ಆ ಹೆಸರು ಬರೆದ ಕಲ್ಲಿನ ಮೇಲೆಯೇ ಒಂದು ಬಿಳಿಯ ಅಂಡಾಕಾರದ ಮಾನಿಟರ್ ಕೂಡ ಇತ್ತು. ಅಲ್ಲಿ ಸೆಕ್ಯೂರಿಟಿಯಾಗಲಿ ಅಥವಾ ಯಾವುದೇ ಮನುಷ್ಯ ಪ್ರಾಣಿ ಇಲ್ಲದ ಕಾರಣ ಅವಳು ಮಾನಿಟರ್ ನಡುವೆ ಕಂಡ ಬಟನ್ ಅನ್ನು ಒತ್ತಿದಳು.

"ಸ್ವಾಗತ. ದಯವಿಟ್ಟು ನಿಮ್ಮ ಹೆಸರನ್ನು ಹೇಳಿ", ಎಂಬ ಅಶರೀರವಾಣಿ ಕೇಳಿತು.

"ನನ್ನ ಹೆಸರು ನಕ್ಷತ್ರ" ಎಂದಷ್ಟೇ ಉತ್ತರಿಸಿದಳು.

"ಸ್ವಾಗತ! ನಕ್ಷತ್ರ, ದಯಮಾಡಿ ಒಳಗೆ ಬನ್ನಿ. ಗೇಟ್ ನಿಂದ ಸರಿಯಾಗಿ 900 ಮೀ ದೂರದಲ್ಲಿ ನಿಮಗೆ ಮನೆಯ ಬಾಗಿಲು ಸಿಗುವುದು. ಅಲ್ಲಿರುವ ಮಾನಿಟರ್ ನ ಬಳಿಯೂ ಇದೇ ವಿಧಾನವನ್ನು ಪಾಲಿಸಿ. ನಿಮ್ಮ ಸಾಯಂಕಾಲವನ್ನು ಆನಂದಿಸಿ", ಎಂದು ಹೇಳಿ ಮಾನಿಟರ್ ಮತ್ತೆ ಆಫ್ ಆಯಿತು.

ಗೇಟ್ ತಾನಾಗೇ ತೆರೆಯಲು ಅವಳು ಮನೆಯತ್ತ ನಡೆಯಲಾರಂಭಿಸಿದಳು. ಎರಡೂ ಬದಿಗಳಲ್ಲಿರುವ ಹೂವು ಮತ್ತು ಗಿಡಗಳನ್ನೂ ಈ ವರೆಗೆ ಅವಳು ಎಲ್ಲಿಯೂ ನೋಡಿರಲಿಲ್ಲ. ಒಂದಕ್ಕಿಂತ ಒಂದು ಸುಂದರವಾಗಿ ಹಾಗೂ ವಿಭಿನ್ನವಾಗಿ ಇದ್ದವು. ಬಲಗಡೆಯಲ್ಲಿ ಗಿಡಗಳ ಮಧ್ಯೆ ಒಂದು ನೀರಿನ ಕಾರಂಜಿ

ಶೀತಲ್

ಹಾಗೆಯೇ, ಎಡಗಡೆಯಲ್ಲಿ ಗಿಡಗಳ ನಡುವೆ ಒಂದು ಬೃಹದಾಕಾರದ ಆಲದ ಮರದಂತೆ, ಆದರೆ ಆಲದ ಮರವಲ್ಲದ ಒಂದು ಮರವಿತ್ತು. ಇವೆಲ್ಲಾ ಒಂದು ರೀತಿಯ ವಿಚಿತ್ರವೆನಿಸಿದರೂ, ಎಲ್ಲಾ ಸಸ್ಯಗಳ ಬಗ್ಗೆ ತಿಳಿದಿರಲು ತಾನು ಸಸ್ಯಶಾಸ್ತ್ರ ಪಂಡಿತೆ ಏನಲ್ಲವಲ್ಲ ಎಂದು ತನಗೆ ತಾನೇ ಸಮಾಧಾನ ತರಿಸಿಕೊಂಡಳು.

ಕೊನೆಗೂ ಆ ದೊಡ್ಡ, ಬಿಳಿಯ, ಚೌಕಾಕಾರದ ಮನೆಯ ಎದುರು ನಿಂತಳು. ಮನೆಯ ವಿನ್ಯಾಸ ಕೇವಲ ಚೌಕಾಕಾರ ಹಾಗೂ ಅಂಡಾಕಾರಗಳನ್ನು ಬಳಸಿ ಕಟ್ಟಲಾಗಿತ್ತು.

ಕಿಟಕಿಯಿಂದ ಹಿಡಿದು ಬಾಗಿಲುಗಳು ಹಾಗೆಯೇ ಎಲ್ಲಾ ಮೂಲೆಗಳೂ ಸಹ ಅತ್ಯಂತ ನುರಿತ ಕಾಮಗಾರಿ ಮಾಡುವವರು ಮಾಡಿದಂತೆ, ಎಲ್ಲಿಯೂ ಒಂದಿಂಚೂ ಕೂಡ ತಪ್ಪಿರಲಿಲ್ಲ. ಹೀಗೂ ಮನೆ ಕಟ್ಟಲು ಸಾಧ್ಯವೇ ಎಂದು ಆಲೋಚಿಸುತ್ತಿರಲು ಮತ್ತದೇ ಮಾನಿಟರ್ ಕಂಡಿತು. ಅದೂ ಕೂಡ ಸ್ವಾಗತ ಕೋರಿ ಹೆಸರು ಕೇಳಿತು.

ಅವಳು ಹೆಸರು ಹೇಳುತ್ತಿದಂತೆಯೇ, "ಸ್ವಾಗತ ನಕ್ಷತ್ರ. ನಿಮ್ಮ ಎಲ್ಲಾ ಪ್ರಶ್ನೆಗಳಿಗೆ ಉತ್ತರ ದೊರೆಯಲಿ. ನಿಮ್ಮನ್ನು ಭೇಟಿ ಮಾಡಲು ಡಾ. ವೈ.ಆರ್, ಡ್ರಾಯಿಂಗ್ ಕೋಣೆಗೆ ಬರುವರು. ದಯಮಾಡಿ ಒಳ ಹೋಗಿ" ಎಂದು ಹೇಳಿ ಆಫ್ ಆಯಿತು.

ಅಂಡಾಕಾರದ ಬಾಗಿಲು ಒಳಕ್ಕೆ ತೆರೆಯಲು ಅವಳು ಸ್ವಲ್ಪ ಹಿಂಜರಿಕೆಯಿಂದಲೇ ಒಳ ನಡೆದಳು. ಒಳ ಹೋಗುತ್ತಿದ್ದಂತೆಯೇ ಬಾಗಿಲು ಮುಚ್ಚಿಕೊಂಡಿತು. ಅವಳು ಅಂದುಕೊಂಡಂತೆ

ಕೊಂಚವೂ ಮನೆಯೊಳಗೆ ಇರಲಿಲ್ಲ. ಅವಳಿಗೆ ಕಂಡಿದ್ದು ಉದ್ದವಾದ ಮಾರ್ಗ. ಅವಳು ನಿಂತ ಜಾಗದ ಛಾವಣಿ ಅರ್ಧ ಅಂಡಾಕಾರವಾಗಿ ನಡುವಿನಲ್ಲಿ ಚೌಕಾಕಾರದ ಬಿಳಿಯ ಬಲ್ಬ್ ಉರಿಯುತ್ತಿತ್ತು. ಅದೂ ಸಹ ಎಲ್ಲಾ ಕಡೆಗಳಿಂದ ಮುಚ್ಚಿದ್ದು ನೇರವಾಗಿ ನೋಡಲು ಒಂದು ಉದ್ದವಾದ ಮಾರ್ಗ ಮಾತ್ರ ಅಲ್ಲಿಂದ ಕಾಣುತಿತ್ತು. ಅವಳು ನಿಂತಿದ್ದ ವೆರಾಂಡಾದಿಂದ ಆ ಉದ್ದವಾದ ಮಾರ್ಗದ ಕಡೆ ನಡೆಯಲಾರಂಭಿಸಿದಳು. ಬಲಗಡೆ ಎಡಗಡೆಗಳು ಬಿಳಿ ಬಣ್ಣದ ಖಾಲಿ ಗೋಡೆಗಳಾಗಿದ್ದವು. ಮುನ್ನೂರು ಮೀಟರ್ ಗಳು ನಡೆದ ನಂತರ ಅವಳ ಬಲಗಡೆಯಲ್ಲಿ ಮತ್ತದೇ ಅಂಡಾಕಾರದ ಒಂದು ಬಾಗಿಲು, ಕೋಣೆಯ ಬಾಗಿಲ ಮೇಲೆ ಕಪ್ಪು ಶಾಯಿಯಲ್ಲಿ "ಡ್ರಾಯಿಂಗ್ ಕೋಣೆ" ಎಂದು ಬರೆದಿತ್ತು. ಅವಳು ಅದರ ಎದುರಿಗೆ ನಿಂತಳು. ತನ್ನ ಎಡಗಡೆ ಅವಳು ನೋಡಲು ಉದ್ದಕ್ಕೂ ನೂರು ಮೀಟರ್ ಗಳ ಅಂತರದಲ್ಲಿ ಹಲವು ಕೋಣೆಗಳು ಕಂಡವು. ಎಲ್ಲಾ ಬೇರೆ ಬೇರೆ ಕೋಣೆಗಳಿಗೆ ಒಂದೊಂದು ಹೆಸರುಗಳೂ ಇದ್ದವು. ಸ್ವಲ್ಪ ದೂರವಿದ್ದುದರಿಂದ ಅವಳಿಗೆ ಓದಲು ಸಾಧ್ಯವಾಗಲಿಲ್ಲ. ಇದೆಲ್ಲವೂ ಅವಳಿಗೆ ವಿಚಿತ್ರವೆನಿಸಿದರೂ ಅವಳಿಗೆ ಬೇಕಾದ ಉತ್ತರ ಸಿಗುವ ಕೋಣೆ ಅವಳೆದುರಿಗಿದ್ದ ಕಾರಣ ಮುಂದಕ್ಕೆ ಹೋಗದೆ ಅವಳ ಕುತೂಹಲವನ್ನು ಹಿಡಿದಿಟ್ಟುಕೊಂಡಳು.

ಡ್ರಾಯಿಂಗ್ ಕೋಣೆಯ ಬಾಗಿಲು ತೆರೆಯುತ್ತಿದ್ದಂತೆ ಅವಳ ಕಣ್ಣುಗಳನ್ನೇ ನಂಬಲಾಗಲಿಲ್ಲ. ಆ ಕೋಣೆ ಅವಳಿದ್ದ ಮನೆಗಿಂತಲೂ

ಶೀತಲ್

ಎರಡು ಪಟ್ಟು ದೊಡ್ಡದಾಗಿತ್ತು. ಎತ್ತರದ ಛಾವಣಿ, ಬಿಳಿ ಗೋಡೆಗಳು, ದೊಡ್ಡ ಅಂಡಾಕಾರದ ಕಿಟಕಿಗಳು, ಅಲ್ಲಿಂದ ಕಾಣುತಿದ್ದ ಗಿಡಗಳ ಹಸಿರು, ಒಂದು ಮೂಲೆಯಲ್ಲಿ 7 ಅಡಿ ಇರುವ ಉದ್ದವಾದ ಕನ್ನಡಿ. ಕೋಣೆಯ ನಡುವೆ ಅಂಡಾಕಾರದಲ್ಲಿ ಜೋಡಿಸಿಟ್ಟ ಸೋಫಾ ಅದರ ನಡುವೆ ಒಂದು ಗಾಜಿನ ಅಂಡಾಕಾರದ ಮೇಜು, ಅದರ ಮೇಲೆಯೇ ಛಾವಣಿಯಲ್ಲಿ ಚೌಕಾಕಾರದ ಗಾಜಿನೊಳಗೆ ಹೊಳೆಯುತ್ತಿದ್ದ ಅಂಡಾಕಾರದ ಬಲ್ಬ್. ಆ ಕೋಣೆಯನ್ನು ನೋಡುತ್ತಿದ್ದಂತೆಯೇ ಒಂದು ರೀತಿಯ ಸಕಾರಾತ್ಮಕ ಶಕ್ತಿ ಒಳಗೆ ಪ್ರವೇಶಿಸಿದಂತೆ ಭಾಸವಾಯಿತು ಅವಳಿಗೆ. ಹೋಗಿ ಒಂದು ಕುರ್ಚಿಯ ಮೇಲೆ ಕುಳಿತಳು. ಕೋಣೆಯ ಇನ್ನೊಂದು ಮೂಲೆಯಲ್ಲೂ ಒಂದು ಬಾಗಿಲು ಕಂಡಿತು. ಅವಳು ಆ ಕೋಣೆಯ ಸೌಂದರ್ಯವನ್ನು ಸವಿಯುತ್ತಾ, ಯಾರೂ ಬಾರದ ಕಾರಣ ನಿಧಾನವಾಗಿ ಎದ್ದು ಆ ಕನ್ನಡಿಯ ಮುಂದೆ ಹೋಗಿ ನಿಂತು ತನ್ನ ಕೂದಲನ್ನು ಸರಿಮಾಡಿಕೊಳ್ಳುತ್ತಾ ಇರುವಾಗ ಬಾಗಿಲು ತೆರೆದ ಶಬ್ಧವನ್ನು ಕೇಳಿ ತಿರುಗಿದಳು.

ಬಿಳಿಯ ಪ್ಯಾಂಟ್, ಬಿಳಿಯ ಶರ್ಟ್ ಹಾಗೇ ಬಿಳಿಯ ಉದ್ದವಾದ ಕೋಟ್ ಧರಿಸಿದ್ದ, 35 ರಿಂದ 40ರ ಆಸುಪಾಸು ವಯಸ್ಸಿನ ಸುಂದರವಾದ ಪುರುಷ ನಿಂತಿದ್ದ. ಅವಳು ತಕ್ಷಣ ಅವನ ಬಳಿ ಬಂದು, "ಕ್ಷಮಿಸಿ, ನಾನು ನಕ್ಷತ್ರ. ನೀವು ಡಾ. ವೈ.ಆರ್ ಅಲ್ವಾ?" ಎಂದಳು.

ಅವನು ಮುಗುಳ್ನಕ್ಕು "No problem ನಕ್ಷತ್ರ... Yes I am Dr YR, ಆದ್ರೆ you can call me ಯುಗ್. ನನ್ನ ಹೆಸರು ಯುಗ್ ರಜಪೂತ್. ಪ್ಲೀಸ್ ಕುಳಿತುಕೊಳ್ಳಿ ಎಂದು ಸೋಫಾದ ಕಡೆ ಕೈ ತೋರಿಸಿ ಅವನೂ ಕುಳಿತ.

ಅಷ್ಟು ಹತ್ತಿರ ಬಂದು ಕುಳಿತಾಗಲೇ ಅವಳು ಅವನ ಕೋಟ್ನಲ್ಲಿದ್ದ ಅದೇ ಚಿಹ್ನೆಯ(※∞※) ಬ್ರೂಚ್(ಪದಕಸೂಚಿ)ಅನ್ನು ಗಮನಿಸಿದ್ದು. ಅವನ ಕಣ್ಣುಗಳಲ್ಲಿ ಪ್ರತ್ಯೇಕವಾದ ಹೊಳಪಿತ್ತು. ಅವನನ್ನೇ ನೋಡುತ್ತಾ ಕುಳಿತಿರಲು, "ಹೇಳಿ ನಕ್ಷತ್ರ ಯಾವ ಉತ್ತರ ಬೇಕು ನಿಮಗೆ?" ಎಂಬ ಅವನ ಪ್ರಶ್ನೆಯು ಅವಳನ್ನು ಎಚ್ಚರಿಸಿತು.

ತನ್ನ ಮುಂಗುರುಳುಗಳನ್ನು ಕಿವಿಯ ಹಿಂದಕ್ಕೆ ಸರಿಸುತ್ತಾ ಅವಳು, "ಡಾಕ್ಟರ್ ಯುಗ್... ನಿಮಗೆ ನಾನು ಎಲ್ಲಾ ರೀತಿಯ ಕನಸುಗಳನ್ನು ಇಮೇಲ್ ಹಾಗು ಮೆಸೇಜ್ ಮೂಲಕ ವಿವರಿಸಿದ್ದೇನೆ. ಏಕೆ ಈ ರೀತಿ ನನ್ನ ಮೆದುಳು ನನ್ನನ್ನೇ ಆಟ ಆಡಿಸುತ್ತಿದೆ? ಇದೆಲ್ಲಾ ನಿಜವೆ? ಇದಕ್ಕೆಲ್ಲಾ ಕಾರಣಗಳು ಇವೆಯೇ? ಈ ರೀತಿ ನಿಮಗೂ ಘಟಿಸುತ್ತಿದೆಯೇ? ಕನಸು ಯಾವುದು? ವಾಸ್ತವ ಯಾವುದು? ನನಗೆ ಬೀಳುವ ಕನಸುಗಳು ವಾಸ್ತವದಷ್ಟೇ ನಿಜವೆನಿಸಲು ಕಾರಣವೇನು? ನಿಮ್ಮ ಬ್ಲಾಗ್ ನಲ್ಲಿದ್ದ ಬೇರೆಯವರ ಲೇಖನಗಳು? ನಿಮ್ಮ ಮನೆಯ ಮುಂದಿರುವ ಆ ಚಿಹ್ನೆ? ಈ ಮನೆಯ ವಿನ್ಯಾಸದ ಕಾರಣ? ನಿಮ್ಮ... "ಉಸಿರುಕಟ್ಟಿ

ಒಂದೇ ಸಮನೆ ಕೇಳುತ್ತಿದ್ದ ಪ್ರಶ್ನೆಗಳಿಗೆ ಬ್ರೇಕ್ ಹಾಕಿ ಯುಗ್, "ನಕ್ಷತ್ರ!!! ಸುಧಾರಿಸಿಕೋ..." ಎಂದ.

"ಉತ್ತರಗಳನ್ನು ಹುಡುಕಲೆಂದೇ ಬಂದಿರುವೆ ಅಲ್ಲವೇ? ಹುಡುಕೋಣ. ಸ್ವಲ್ಪ ಸುಧಾರಿಸಿಕೋ", ಎಂದು ಅವನು ಕುಳಿತಲ್ಲಿನಿಂದ ಎದ್ದು ಬಂದು ಅವಳ ಬಳಿ ಕುಳಿತ.

ಅವನ ಆ ಕೆತ್ತಿಟ್ಟಿರುವಂತಹ ಮುಖದ ಸೌಂದರ್ಯವನ್ನು ಅವಳು ಆಗ ಗಮನಿಸಿದಳು. ಆತನನ್ನು ತಾನು ಎಲ್ಲಿಯೋ ನೋಡಿದಂತೆ ಅವಳಿಗನಿಸಿತು. ಅವನ ಕಣ್ಣುಗಳಲ್ಲಿನ ಹೊಳಪು ಅವಳನ್ನು ಒಂದು ಕ್ಷಣಕ್ಕೆ ಮಂತ್ರಮುಗ್ಧಳಂತೆ ಮಾಡಿತು. ಅವಳು ತನ್ನ ಉಸಿರಾಟವನ್ನು ನಿಯಂತ್ರಿಸುತ್ತಿದ್ದಂತೆ ಅವಳ ಎದೆ ಬಡಿತದ ಸದ್ದು ಅವಳಿಗೆ ಕೇಳಿಸದಷ್ಟು ನಿಧಾನವಾಯಿತು.

ಅವನ ಮುಖದಿಂದ ದೃಷ್ಟಿಯನ್ನು ತೆಗೆದು ಎದುರಿಗಿದ್ದ ಮೇಜಿನ ಮೇಲೆ ಇಟ್ಟಿದ್ದ ಬಿಳಿ ಲೋಟದಲ್ಲಿದ್ದ ನೀರಿನ ಕಡೆ ಹರಿಸಿದಾಗಲೇ ನೆನಪಾಗಿದ್ದು ಯುಗ್ ಹೇಳಿದ ಪದ 'ಹುಡುಕೋಣ' ಎಂದು.

ನೀರನ್ನು ಕುಡಿಯುತ್ತಾ ಮತ್ತೆ ಅವನ ಆ ಮೋಹಕ ಕಣ್ಣುಗಳನ್ನು ನೋಡಿ ಕೇಳಿದಳು, "ಹುಡುಕೋಣ? ಡಾ।ಯುಗ್? ಹುಡುಕೋಣ ಅಂದರೆ? ನಿಮ್ಮ ಬಳಿ ಉತ್ತರಗಳಿಲ್ಲವೇ?"

"ಇದೆ ಆದರೆ ಇಲ್ಲ. ಮಾಯಿಯ, ಅರುಂಧತಿ, ಏಂಜಲ್ ಈ ಎಲ್ಲವೂ ನೀನೇ ಆದರೆ ನೀನಲ್ಲ... ನೀ ಕಂಡ ಚಿನ್ಹೆ, ಈ ಮನೆಯ

ವಿನ್ಯಾಸ ಎಲ್ಲದಕ್ಕೂ ಕಾರಣಗಳಿವೆ. ನೀ ಅಂದುಕೊಂಡಂತೆ ಇದು ಒಂದು ಸಾಮಾನ್ಯ ಮನೆಯಲ್ಲ. ಮತ್ತೆ ಆ ಚಿಹ್ನೆಯ ಬಗ್ಗೆ ಹೇಳುವುದಾದರೆ, ಅದರ ಅರ್ಥ ಬಹಳ ಸರಳ ಮತ್ತು ನೇರ...", ಎನ್ನುತ್ತಿದಂತೆಯೇ ಅವನು ಕುಳಿತಲ್ಲಿನಿಂದ ಎದ್ದು ಅಲ್ಲೇ ಹತ್ತಿರದಲ್ಲಿದ್ದ ಬಿಳಿ ಪರದೆಯ ಬಳಿ ನಡೆದು ಒಂದು ಬಟನ್ ಅನ್ನು ಒತ್ತಿದ. ಅದು ಕೇವಲ ಪರದೆಯಾಗಿರಲಿಲ್ಲ, ಇತ್ತೀಚಿನ ಟೆಕ್ನಾಲಜಿಯ ಟಚ್ ಸ್ಕ್ರೀನ್ ಪ್ಯಾನೆಲ್ ಆಗಿತ್ತು. ಅವನು ಅದರಲ್ಲಿದ್ದ ಒಂದು ಫೋಲ್ಡರ್ ತೆರೆಯುತ್ತಿದಂತೆ ಆ ಚಿನ್ಹೆ ಪರದೆಯನ್ನು ಆವರಿಸಿತು...

ಮತ್ತೆ ತನ್ನ ಮಾತುಗಳನ್ನು ಮುಂದುವರೆಸುತ್ತಾ ಯುಗ್," ನಮ್ಮ ಬ್ರಹ್ಮಾಂಡದ ಎಂಟ್ರೊಪಿ, ಸರಳವಾಗಿ ಹೇಳುವುದಾದರೆ ಅವ್ಯವಸ್ಥೆ ಯಾವಾಗಲೂ ಅಧಿಕವಾಗುತ್ತಲೇ ಇರುತ್ತದೆ. ಇದನ್ನು ಥರ್ಮೋಡೈನಮಿಕ್ಸ್ ಎಂಬ ಇಂಜಿನಿಯರಿಂಗ್ ಸಬ್ಜೆಕ್ಟ್ನಲ್ಲಿ (ಪಠ್ಯ ವಿಷಯ) ಸಾಬೀತು ಪಡಿಸಲಾಗಿದೆ. ಏನಿದು ಇದ್ದಕ್ಕಿದ್ದಂತೆ ಈ ವಿಷಯದ ಬಗ್ಗೆ ಹೇಳುತ್ತಿರುವೆ ಎಂದು ಆಲೋಚಿಸುತ್ತಿರುವೆ ಅಲ್ಲವೇ? ನಾವೆಲ್ಲಾ ಅನುಭವಿಸುತ್ತಿರುವ ಎಲ್ಲದಕ್ಕೂ ಕಾರಣ ನಮ್ಮ ಪ್ರಕಾರ ಈ ಎಂಟ್ರೊಪಿ. ಇದು ಎಷ್ಟು ಪಟ್ಟು ಅಧಿಕವಾಗುವುದು ಎಂದು ನಮಗೆ ಹೇಳಲು ಅಸಾಧ್ಯ ಏಕೆಂದರೆ ಈ ವಿಶ್ವ ಎಷ್ಟು ದೊಡ್ಡದಿದೆ ಎಂದು ಯಾರೂ ಬಲ್ಲವರಿಲ್ಲ. ಅದಕ್ಕೆ ಹೇಳಿದ್ದು ನಾನು, ನಿನ್ನ ಎಲ್ಲಾ ಪ್ರಶ್ನೆಗಳಿಗೆ ಉತ್ತರವಿದೆ ಆದರೆ ಉತ್ತರವಿಲ್ಲ ಎಂದು".

"ನಮ್ಮ ಪ್ರಕಾರ ಎಂದರೆ?? ನನ್ನಂತೆಯೇ ಹಲವಾರು ಮಂದಿ ಇದ್ದಾರಲ್ಲವೇ? ನಾನು ಒಂಟಿ ಅಲ್ಲ ಆಲ್ವಾ? ಅಬ್ಬಾ!", ಅವಳ ಸಮಾಧಾನದ ನಿಟ್ಟುಸಿರು ದೂರದಲ್ಲಿ ನಿಂತಿದ್ದ ಯುಗ್ ಗೆ ಕೂಡ ಕೇಳಿತು.

"ಹೌದು! ನಕ್ಷತ್ರ ನೀನು ಒಂಟಿ ಅಲ್ಲ... ನೀನು ಕೇವಲ ಬೆರಳೆಣಿಕೆಯ ಮಂದಿಯಷ್ಟೇ ಇರುವ ಈ ವಿಶಿಷ್ಟವಾದ ಗುಂಪಿಗೆ ಸೇರಿದವಳು... ನಮ್ಮ ಗುಂಪಿನ ಹೆಸರೇ 'THE ENTROPY LOOP OF DREAMS', we call it as 'TELOD' and we are TELODites" ಎಂದು ಅವರ ಬ್ಲಾಗ್ ಅನ್ನು ತೋರಿಸಿದ. ಅವಳು ಮೊದಲೇ ನೋಡಿದ್ದ ಅದೇ ಬ್ಲಾಗ್ ಪರದೆಯ ಮೇಲಿತ್ತು...

ಯುಗ್ ಮುಂದುವರೆಸುತ್ತಾ, "ಈ ಗುಂಪು ಹುಟ್ಟಿದ್ದು ಇದೇ ರೀತಿ... ನಿನ್ನಂತೆಯೇ ಉತ್ತರ ಹುಡುಕುವವರೆಲ್ಲಾ ಒಂದೆಡೆ ಸೇರಿದಕ್ಕೆ. ಇಲ್ಲಿರುವ ಎಲ್ಲರೂ ತಮ್ಮ ತಮ್ಮ ಕನಸುಗಳನ್ನು ಇಲ್ಲಿ ವಿವರವಾಗಿ ಬರೆದಿದ್ದಾರೆ. ನಿನಗಾದರೋ 3 ಕನಸುಗಳು, ನಾವದನ್ನು ಪ್ಯಾರಲಲ್ ಲೈಫ್ ಎನ್ನುತ್ತೇವೆ. ಆದರೆ ಇಲ್ಲಿರುವವರಿಗೆ ಪಾಪ!! ಹತ್ತರಿಂದ ಮೂವತ್ತು ಕನಸುಗಳು ಅಥವಾ ಮೂವತ್ತು ಸಮಾನಾಂತರ ಜೀವನಗಳಿವೆ. ನಮಗೆ ಗೊತ್ತಿರುವ ಪ್ರಕಾರ ಮೂವತ್ತು ದಾಟಿದವರು ಯಾರು ಇಲ್ಲ. ಇಲ್ಲಿಯವರೆಗೂ. ಮುಂದೆ ಗೊತ್ತಿಲ್ಲ... ನನಗೆ 10 ಇವೆ. ಈಗಲಾದರೂ ಸಮಾಧಾನಿಸಿಕೊ. ಮೂರಕ್ಕೇ ನಿಂತರೆ, ನಿನಗೆ

ಅವುಗಳನ್ನು ಜೀವಿಸಲು ಅಷ್ಟೇನೂ ಕಷ್ಟವಿರುವುದಿಲ್ಲ ಆದರೆ..." ಇವೆಲ್ಲವನ್ನು ಹೇಳಿ ಮುಗಿಸುತ್ತಲೇ,

"ಆದರೆ? ಏನು ಡಾಕ್ಟರ್ ? ನಿಮಗೆ 10 ಕನಸುಗಳೇ? ಮತ್ತೊಬ್ಬರಿಗೆ ಮೂವತ್ತು ಕನಸುಗಳೇ? ಮೂರಕ್ಕೆ ನಿಂತರೆ ಎಂದರೆ? ಇದಿನ್ನೂ ಮುಂದುವರೆಯಬಹುದು ಎನ್ನುತ್ತಿದ್ದೀರಾ?" ಎನ್ನುತ್ತಾ ನಕ್ಷತ್ರಾಳ ಗೊಂದಲ ತುಂಬಿದ ಮನಸ್ಸು ಶಾಂತತೆಯ ಹಾದಿಯನ್ನು ಯಾವಾಗಲೋ ತ್ಯಜಿಸಿದಂತೆ ದಿಕ್ಕಾಪಾಲಾಗಿ ಭಾವನೆಗಳು ಓಡಲಾರಂಭಿಸಿದವು. ಹಣೆಯ ಮೇಲಿನ ಚಿಂತೆಯ ಗೆರೆಗಳೊಂದಿಗೆ ಕಣ್ಣಂಚಿನಲ್ಲಿ ಸಣ್ಣಗೆ ನೀರು ಬರುವಂತಿತ್ತು ಅವಳ ಮುಖ ಭಾವ.

"ಎನ್. ಕೆ!! ಇಷ್ಟೊಂದು ಟೆನ್ಶನ್(ಒತ್ತಡ) ಒಳ್ಳೆಯದಲ್ಲ. ನಿನಗೆ ಬೀಳುವ ಕನಸುಗಳು ನನಗೂ ತಿಳಿದಿದೆ. ನೀನಂದುಕೊಂಡಂತೆ ಅವುಗಳನ್ನು ಜೀವಿಸಲು ಕಷ್ಟವಿಲ್ಲ, ಸಮಾಧಾನ ಮತ್ತು ಏಕಾಗ್ರತೆ ಬೇಕು ಅಷ್ಟೇ. ಹೌದು, ಕನಸುಗಳ ಸಂಖ್ಯೆ ಎಷ್ಟಕ್ಕೆ ನಿಲ್ಲುತ್ತದೆ ಎಂದು ತಿಳಿಯಲು ಇನ್ನೂ ಆಗಲಿಲ್ಲ ನಮಗೆ. ಅದು ಯಾವ ವಯಸ್ಸಿಗೆ ಶುರುವಾಗುತ್ತದೆ ಯಾವ ವಯಸ್ಸಿಗೆ ನಿಲ್ಲುತ್ತದೆ ಎಂದೂ ತಿಳಿದಿಲ್ಲ. ಆದರೆ ಕನಸುಗಳು ವಾಸ್ತವಕ್ಕೆ ಹತ್ತಿರವಾಗಿರುವುದಕ್ಕೆ ಕಾರಣ ಇತ್ತೀಚೆಗಷ್ಟೇ ನಾವು (TELODites) ಒಂದು ನಿರ್ಧಾರಕ್ಕೆ ಸಹಿ ಹಾಕಿದೆವು. ಇದು ಕೇವಲ ಊಹೆಯಷ್ಟೇ. ಸೂರ್ಯ ಹೇಗೆ ಹುಟ್ಟಿರಬಹುದು ಎಂದು ವಿಜ್ಞಾನಿಗಳು ಊಹಿಸಿ ಒಂದು ಥಿಯರಿ ಮಂಡಿಸಿರುವರೋ ಅದೇ ರೀತಿಯ ಒಂದು ಥಿಯರಿ ನಮ್ಮದು.

ಅನೇಕ ಪುರಾವೆಗಳು ಬೇಕು ಈ ಥಿಯರಿ ಸಾಬೀತುಪಡಿಸಲು. ಎಂಟ್ರೊಪಿಯ ಪರಿಕಲ್ಪನೆ ಇಲ್ಲಿ ಬಹಳ ಮುಖ್ಯ ಪಾತ್ರವಹಿಸುವುದು. ಎಂಟ್ರೊಪಿ ಎಷ್ಟು ಅವ್ಯವಸ್ಥೆಯಾಗಿದ್ದರೂ, ಅದು ಒಂದು ನಿಜ. ನಾವಿರುವ ಸಮಯ ಅಥವಾ ನಾವು ಕನಸು ಎಂದು ಸಂಚರಿಸುವ ಸಮಯವೂ ಅಸ್ತವ್ಯಸ್ತವಾಗಿದೆ. ಸಮಯ ಎಂದರೆ ಏನು ಎಂದು ಸರಿಯಾಗಿ ಇದುವರೆಗೂ ಯಾರಿಗೂ ತಿಳಿದಿಲ್ಲ. ಸಮಯ ಎನ್ನುವ ಪರಿಕಲ್ಪನೆ ಸ್ಪೇಸ್ ನಲ್ಲಿ ಇಲ್ಲವೆಂದು ಮಂಡಿಸುವವರೂ ಇದ್ದಾರೆ. ನಿನಗೂ ತಿಳಿದಿರಬಹುದು ಸಮಯವೆನ್ನುವುದು ನಿರಂತರ ಎನ್ನುತ್ತೇವೆ. ಪೃಥ್ವಿಯಲ್ಲಿ ಸಮಯ ಸೂರ್ಯನನ್ನು ಅವಲಂಭಿಸಿದೆ. ಇದೇ ಸಮಯ ಬೇರೆ ಗ್ರಹದಲ್ಲಿ ಬೇರೆ ರೀತಿಯಲ್ಲಿ ಲೆಕ್ಕಾಚಾರ ಮಾಡಲಾಗುತ್ತದೆ. ಹಾಗಾದರೆ ಸಮಯ ಎನ್ನುವುದು ನಿರಂತರ ಎನ್ನುವುದು ಎಷ್ಟು ಸರಿ? ಸಮಯವೂ ಎಂಟ್ರೊಪಿಯೂ ಒಟ್ಟಿಗೆ ನಡೆದರೆ ಅದು 'Infinite entropy (ಇನ್ಫೈನೈಟ್ ಎಂಟ್ರೊಪಿ)' ಆಗಬಹುದು. ಅದಕ್ಕೆ ಲೆಕ್ಕವೇ ಇಲ್ಲ. ಹಾಗಾದರೆ ನಾವು ಎಷ್ಟೊಂದು ಸಮಯಗಳಲ್ಲಿ ಜೀವಿಸುತ್ತಿರಬಹುದು. ಒಂದೊಂದು ಸಮಯವೂ ಒಂದು ವಿಶ್ವವಾದರೆ? ಎಷ್ಟು ವಿಶ್ವಗಳಿರಬಹುದು? ಅಥವಾ ವಿಶ್ವ ಎಷ್ಟಿದೆ? ಅದರ ಸಮಯಕ್ಕಿರುವ ಮೂಲ ಏನು? ಉತ್ತರ ಹುಡುಕಿದಷ್ಟೂ ಪ್ರಶ್ನೆಗಳಿಗೇ ಬಂದು ನಿಲ್ಲುತ್ತೇವೆ ಕೊನೆಗೆ. ಆದರೆ ಒಂದಂತೂ ನಿಜ ನಾವು ಈ ಸಮಯ ಮತ್ತು ಎಂಟ್ರೊಪಿಯ ಸುಳಿಯಲ್ಲಿ ಸಿಲುಕಿರುವ ಆತ್ಮಗಳು. ನಮ್ಮನ್ನು ಆಡಿಸುತ್ತಿರುವವರು ಯಾರು ಎನ್ನುವುದು ಮಾತ್ರ ಉತ್ತರವಿಲ್ಲದ ಪ್ರಶ್ನೆಯೇ ಸರಿ. ನಾವು ಕನಸುಗಳಲ್ಲಿ

ಅವಳ್ಯಾರು?

ಜೀವಿಸುವ ಬದುಕುಗಳು ಹಾಗು ವಾಸ್ತವದಲ್ಲಿ ನಾವು ನೋಡುವ ಬೇರೆಯವರ ಜೀವನಗಳಿಗೆ ಬಹಳ ಸಾಮ್ಯತೆ ಇದೆ. ನಾವು ಅಂದರೆ ಟೆಲೊಡೈಟ್ಸ್ ಅರ್ಥ ಮಾಡಿಕೊಂಡಿರುವ ದೊಡ್ಡ ಸತ್ಯವೇನೆಂದರೆ, ದಾರಿಯಲ್ಲಿ ನೋಡುವ ತಿರುಕನ ಬದುಕನ್ನೂ ಒಮ್ಮೊಮ್ಮೆ ನಾವೇ ಕನಸಿನಲ್ಲಿ ಜೀವಿಸಬೇಕಾಗಬಹುದು ಹಾಗಾಗಿ 'ಮಾನವೀಯತೆಯೇ ಪರಮೋ ಧರ್ಮ'. ಪ್ರತಿಯೊಬ್ಬರ ಜೀವನದ ಬಗ್ಗೆ ಹಾಗು ಅವರು ಅನುಭವಿಸುತ್ತಿರುವ ಸನ್ನಿವೇಶಗಳ ಬಗ್ಗೆ ವಿವೇಚನೆ ಅಥವಾ ಟೀಕೆ ಮಾಡುವ ಮುನ್ನ, ನಾವೂ ಯಾವಾಗಲಾದರೊಮ್ಮೆ ಅದೇ ಬದುಕನ್ನು ಬಾಳಬೇಕಾದೀತು ಎಂದು ನೆನಪಿನಲ್ಲಿಡಬೇಕು ಎಂದು ಈಗ ತುಂಬಾ ಚೆನ್ನಾಗಿ ಅರಿತಿದ್ದೇವೆ" ಎಂದು ದೀರ್ಘ ಉಸಿರನ್ನು ಬಿಟ್ಟ ಯುಗ್.

"ನಿಮ್ಮ ಊಹೆ, ಸಮಯ, ಎಂಟ್ರೊಪಿ ಎಲ್ಲವೂ ಸರಿ ಇರಬಹುದು ಆದರೆ ಕೇವಲ ನಮಗಷ್ಟೇ ಏಕೆ ಈ ರೀತಿಯ ಹಲವು ಬದುಕುಗಳು? ಸಾಧಾರಣ ಜನರಂತೆ ನಮಗೇಕೆ ಒಂದೇ ಬದುಕಿಲ್ಲ ಡಾಕ್ಟರ್? ಮಾನವೀಯತೆಯನ್ನು ಕಲಿಸಲೆಂದೇ ಈ ರೀತಿ ನಮಗಾಗುತ್ತಿದೆಯೇ? ಹಾಗಾದರೆ ಎಲ್ಲರಿಗೂ ಇದರ ಅರಿವುಂಟಾಗುವುದು ಒಳ್ಳೆಯದಲ್ಲವೇ?", ಅದೇ ಚಿಂತೆಯ ಕಣ್ಣುಗಳಿಂದಲೇ ಕೇಳಿದಳು ನಕ್ಷತ್ರ.

"ಸಧ್ಯಕ್ಕೆ ಈ ಪ್ರಶ್ನೆಗಳಿಗೆ ನನ್ನ ಬಳಿ ಉತ್ತರವಿಲ್ಲ ನಕ್ಷತ್ರ. ಬೇರೆಯವರು ಕನಸನ್ನು ಮರೆಯುತ್ತಾರೇನೋ? ನಮಗೆ ಮಾತ್ರ ಅವುಗಳನ್ನು ಜೀವಿಸಲು ಸಾಧ್ಯವಿದೆಯೇನೋ. ಅದರ ಬಗ್ಗೆ

ನಮಗಿನ್ನೂ ತಿಳಿದಿಲ್ಲ. ಆದರೆ, ಈ ಗುಂಪಿನವರೆಲ್ಲರೂ ನಿನ್ನನ್ನು ನಿನ್ನ ಕನಸುಗಳಲ್ಲಿ ಭೇಟಿ ಮಾಡುವ ಸಾಧ್ಯತೆ ಇದೆ. ನಾನು ನಿನ್ನನ್ನು ಕಂಡದ್ದು ಮಾಯಿಯ ರೂಪದಲ್ಲಿ. ನಾವು ಕೆಲವು ಮಂದಿ ಹೇಗೋ ಕನೆಕ್ಟೆಡ್ ಎಂದು ಧೃಡ ಪಟ್ಟಿದ್ದು ನಿನ್ನ ಕನಸುಗಳನ್ನು ಓದಿದ ಮೇಲೆಯೇ. ಅಂದರೆ, ನೀ ಹೇಳಿದ ಆ ಸನ್ನಿವೇಶವನ್ನು ನಾನೂ ಜೀವಿಸಿದ್ದೇನೆ. ಅದರಲ್ಲಿ ನಿನ್ನನ್ನು ಭೇಟಿ ಮಾಡಿದ ಕಾಸ್ಮೋ ನಾನೇ".

ಇದನ್ನು ಕೇಳುತ್ತಿದಂತೆಯೇ ಅವಳು ಗರ ಬಡಿದವರಂತೆ ಎದ್ದು ನಿಂತಳು. ಅವಳ ಕೈ ಕಾಲುಗಳು ನಡುಗುತ್ತಿದ್ದವು. ಯುಗ್ ಓಡಿ ಬಂದು ಅವಳನ್ನು ಕುಳ್ಳಿರಿಸಿ, "ಮಾಯಿಯ sorry ನಕ್ಷತ್ರ ಸಮಾಧಾನ ಮಾಡಿಕೊ. ನನಗೂ ಇದೇ ರೀತಿಯ ಅನುಭವವಾಗಿತ್ತು, ಬೇರೆಯವರು ನನ್ನ ಬಳಿ ಬಂದು ನೇರವಾಗಿ ಹೇಳಿದಾಗ. ನಾನೂ ಕೂಡ ಕನಸು ಎಂದುಕೊಳ್ಳುತ್ತಿದ್ದ ಆ ಜೀವನ ವಾಸ್ತವ ಎಂದು ನಂಬಲು ಅಥವಾ ಅದನ್ನು ಒಪ್ಪಿಕೊಳ್ಳುವುದಕ್ಕೆ ಪ್ರಯತ್ನಿಸಲು ಬಹಳ ಸಮಯ ಬೇಕಾಯಿತು. ಆತ್ಮ ಮಾತ್ರ ನಿಜ ದೇಹವಲ್ಲ ನಕ್ಷತ್ರ" ಅವನ ಆ ಮಾತುಗಳು, ಅವಳ ಕೈಗಳನ್ನು ಗಟ್ಟಿ ಹಿಡಿದ ಅವನ ಕೈಗಳು ಅವಳಿಗೆ ಒಂದು ರೀತಿಯ ಸಮಾಧಾನ ತಂದು ಕೊಟ್ಟಿತ್ತು.

"ಇದು ನಮ್ಮ ಸತ್ಯ, ಇದರಿಂದ ಓಡಲು ನಮಗೆ ಸಾಧ್ಯವಿಲ್ಲ. ಈ ಅನ್ವೇಷಣೆಯಲ್ಲೇ ನನ್ನ ಬದುಕನ್ನು ತೊಡಗಿಸಿಕೊಂಡು ನಮ್ಮಂತಹ ಕನಸುಗಾರರಿಗೆ ಸಹಾಯ ಮಾಡಲು ಈ

ಮನೆಯನ್ನು ಮಾಡಿದೆ. ನಮ್ಮ ಗುಂಪಿಗೆ ಸ್ವಾಗತ, ಅಧಿಕೃತವಾಗಿ" ಎಂದು ಮೋಹಕವಾಗಿ ನಕ್ಕ ಯುಗ್.

ಅವನ ನಗುವಿನ ಮೋಡಿಯಲ್ಲೋ, ಏನೋ ಅವಳಿಗೆ ಇದ್ದ ಭಯವೆಲ್ಲಾ ಆ ಕ್ಷಣಕ್ಕೆ ಮಾಯವಾದಂತೆ ಅನಿಸಿತು. ಕಷ್ಟಪಟ್ಟು ಅವನ ನಗುವಿನಂದ ಹೊರ ಬಂದು, "ಆದರೂ ನನಗೆ ನಂಬಲು ಸಾಧ್ಯವಾಗುತ್ತಿಲ್ಲ ಡಾ. ಯುಗ್. ನಾವು ಮಾತ್ರ ಏಕೆ ಆರಿಸಲ್ಪಟ್ಟಿದ್ದೇವೆ? ಈ ರೀತಿಯ ಕಷ್ಟ ನಮಗೆ ಮಾತ್ರ ಏಕೆ? ಅಲ್ಲೂ ಇರದ ಇಲ್ಲೂ ಇರದ ಈ ನಮ್ಮ ಪಾಡು ಯಾರಿಗೂ ಬೇಡ. ಇದು ಒಂಥರಹದ ಶಾಪ ಎಂದೆನಿಸಲಿಲ್ಲವಾ ನಿಮಗೆ?" ಕೇಳಿದಳು.

ಅವನು ಮತ್ತದೇ ಗುಳಿಯೊಂದಿಗಿನ ಮುಗುಳುನಗೆಯೊಂದಿಗೆ, "ಹೌದು ಮೊದ ಮೊದಲು ನನಗೆ ಹಾಗೆ ಅನ್ನಿಸಿದ್ದು ನಿಜ. ಆದರೆ ನಾನು ಅದನ್ನು ಸವಾಲಾಗಿ ಎದುರಿಸಿ, ಉತ್ತರಗಳನ್ನು ಕಂಡುಹಿಡಿಯುತ್ತಲೇ, ಈ ಜೀವನಗಳಲ್ಲಿರುವ ಒಂದೊಂದೇ ಸುಳಿಯನ್ನು ದಾಟಿ ಮತ್ತೊಂದು ಹೊಸ ಸುಳಿಯಲ್ಲಿ ಸಿಲುಕುವ ಥ್ರಿಲ್ ಇದೆಯಲ್ಲಾ, ಹೇಳಲು ಅಸಾಧ್ಯ. ನಿನಗೂ ಒಂದು ದಿನ ಇದರ ಅರಿವಾಗುತ್ತದೆ. ಅಲ್ಲಿಯವರೆಗೆ ಸ್ವಲ್ಪ ಕಷ್ಟ ಅಷ್ಟೇ. ನಾನಿರುವಾಗ ನೀನು ಹೆದರುವ ಅವಶ್ಯಕತೆಯೇ ಇಲ್ಲ. ನಾವು ಈಗ ಮಾಯಿಯ ಹಾಗು ಕಾಸ್ಮೋ ಆಗಿಯೂ ಪರಿಚಿತರಾಗಿದ್ದೇವೆ. ಭಾವನೆಗಳು ನಮ್ಮೊಂದಿಗೆ ಇರುವುದರಿಂದ ಅದು ಎಲ್ಲಾ ಜೀವನಗಳಲ್ಲಿಯೂ ಪ್ರತಿಫಲಿಸುತ್ತವೆ" ಎಂದು ಹೇಳಿದ.

ಇದನ್ನು ಹೇಳುತ್ತಾ ಅವನು ಅವಳ ಬಳಿ ಮತ್ತೆ ಬಂದು ಕುಳಿತು ಅವಳ ಕೈಯನ್ನು ಮೆದುವಾಗಿ ಹಿಡಿದ. ಅವಳೂ ಅವನ ಕೈಯನ್ನು ಗಟ್ಟಿಯಾಗಿ ಹಿಡಿದು ತಲೆ ಅಲ್ಲಾಡಿಸಿದಳು.

"ಇನ್ನೂ ಅನೇಕ ಪ್ರಶ್ನೆಗಳಿವೆ ನನಗೆ ಯುಗ್", ಎನ್ನುತ್ತಲೇ ಅವಳು.

"ಒಂದೇ ದಿನದ ಭೇಟಿಗೆ ನಮ್ಮ ಎಲ್ಲಾ ಸಂಶೋಧನೆ ಗಳ ಬಗ್ಗೆ ಹೇಳಿದರೆ ಅದರಲ್ಲಿ ಥ್ರಿಲ್ ಎಲ್ಲಿದೆ ನಕ್ಷು?" ಎಂದ ಮತ್ತದೇ ಮಾಯದಂತಹ ನಗುವಿನೊಂದಿಗೆ. ಅವನು ಕರೆದ ಹೆಸರಿಗೋ ಆ ನಗುವಿಗೋ ಅವಳು ನಾಚಿ ನೀರಾಗಿ, "ಸರಿ..., ಮುಂದಿನ ಭೇಟಿ ಯಾವಾಗ ಯುಗ್? ಹೇಳಿ please ಇದೆಲ್ಲದರ ಬಗ್ಗೆ ತಿಳಿಯಲು ನನಗೆ ತವಕ ಅತಿಯಾಗುತ್ತಿದೆ" ಕೇಳಿದಳು.

"ಇದೇ ಸಮಯ ಮುಂದಿನ ಭಾನುವಾರ ಇದೇ ಸ್ಥಳದಲ್ಲಿ ಸಿಗೋಣ ಸರಿಯಾ?", ಎಂದು ಅವಳ ತಲೆ ಸವರಿದ. ಅವನ ಆ ನಿಕಟ ವರ್ತನೆ ಅವಳ ಮನದಲ್ಲಿ ಒಂದು ಸಮಾಧಾನವನ್ನು ತಂದುಕೊಟ್ಟಿತು.

"ಸರಿ ಡಾಕ್ಟರ್ ನಾನು ಹೊರಡುವೆ, ಆದರೆ ಅರ್ಧ ಮನಸ್ಸಿನಿಂದ ಹೊರಡುತ್ತಿದ್ದೇನೆ ಅಷ್ಟೇ. ನೆನಪಿರಲಿ ಮುಂದಿನ ಭಾನುವಾರದವರೆಗೂ ನನ್ನೊಳಗಿನ ಹೋರಾಟ ನಡೆಯುತ್ತಲೇ ಇರುತ್ತದೆ ಅಂತ..." ಹೊರಡಲು ತಯಾರಾದ ನಕ್ಷತ್ರ, ಯುಗ್ ನನ್ನು ನೋಡಿ ತೇವದ ಕಣ್ಣುಗಳೊಂದಿಗೆ ಹೇಳಿದಳು.

ಅವನು ಅವಳ ಬೆನ್ನು ತಟ್ಟಿ, "ಅರ್ಥವಾಯಿತು ನಕ್ಷು, ನಿನ್ನ ಎಲ್ಲಾ ಸಮಸ್ಯೆಗಳು ಕ್ರಮೇಣವಾಗಿ ಪರಿಹಾರವಾಗುವುದು, ಸಮಯ ಬೇಕಾದಷ್ಟಿದೆ ನಮ್ಮಂಥವರಿಗೆ ಇದೆಲ್ಲದರ ಬಗ್ಗೆ ಅರ್ಥ ಮಾಡಿಕೊಳ್ಳಲು" ಎಂದ.

ಅವನಾಡಿದ ಮಾತುಗಳು ಸಂಪೂರ್ಣವಾಗಿ ಅರ್ಥವಾಗದಿದ್ದರೂ ಸರಿ ಎಂದು ತಲೆಯಲ್ಲಾಡಿಸಿ ಅವಳು ಆ ಕೋಣೆಯ ಹೊರನಡೆಯಲಾರಂಭಿಸಿದಳು. ಯುಗ್ ಕೂಡ ಅವಳನ್ನೇ ಹಿಂಬಾಲಿಸಿದ.

ಅದೇ ಉದ್ದವಾದ ಆವಾರ(ಕಾರಿಡಾರ್) ಅವಳನ್ನು ಸ್ವಾಗತಿಸಿತು. ಅದನ್ನು ದಾಟಿ ಅವಳು ಮನೆಯ ಒಳಗೆ ಬಂದ ತಲೆಬಾಗಿಲ ಹೊಸ್ತಿಲು ದಾಟಿ ಹಿಂದುರುಗಿ ಯುಗ್ ಅನ್ನು ನೋಡಿದಳು. ಅವನು ಮತ್ತದೇ ಮೋಹಕ ನಗೆಯೊಂದಿಗೆ "ಬಾಯ್ ನಕ್ಷು ಮುಂದಿನ ಭಾನುವಾರ ಸಿಗೋಣ, ಹಾಗೇ ಮಾಯಿಯಾಳ ಲೋಕದಲ್ಲಿ ಕಾಸ್ಮೋ ರೂಪದಲ್ಲಿಯೂ ಸಿಗುವೆ" ಎಂದು ಕಣ್ಣುಹೊಡೆದ. ತುಸುನಾಚಿ "ಸರಿ ಬಾಯ್", ಎಂದು ಹೇಳಲು, ಯುಗ್ ಮುಗುಳು ನಗೆಯೊಂದಿಗೆ ತಲೆಯಲ್ಲಾಡಿಸಿದ. ಬಾಗಿಲು ತಾನಾಗೇ ಮುಚ್ಚಿತು. ಸ್ವಲ್ಪ ವಿಚಿತ್ರವೆನಿಸಿದರೂ ಅವಳು ತಿರುಗಿ ಹೊರಡಲು, ಇನ್ನೇನು ಹತ್ತು ಹೆಜ್ಜೆ ನಡೆದಿರಬೇಕು, ಕ್ಯಾಬ್ ಬುಕ್ ಮಾಡೋಣವೆಂದುಕೊಂಡು ಮೊಬೈಲ್ ಬಗ್ಗೆ ಆಲೋಚಿಸಲು, ಅವಳಿಗೆ ತಾನು ಮರೆತೇ ಬಿಟ್ಟ ಬ್ಯಾಗ್ ನೆನಪಾಯಿತು.

ತಿರುಗಿ ಬಾಗಿಲಿನತ್ತ ಓಡಿದಳು. ತರಾತುರಿಯಲ್ಲಿ ಬಾಗಿಲು ತಟ್ಟಿದಳು. ತೆಗೆಯದ ಕಾರಣ, ಅಲ್ಲೇ ಇದ್ದ ಮಾನಿಟರ್ ಬಳಿ ಹೋಗಿ "ನಾನು ನಕ್ಷತ್ರ, ನನ್ನ ಬ್ಯಾಗ್ ಒಳಗೆ ಇದೆ. ದಯವಿಟ್ಟು ಬಾಗಿಲು ತೆರೆಯಿರಿ" ಎಂದು ಒಂದೇ ಉಸಿರಿನಲ್ಲಿ ಒದರಿದಳು. ಯಾವ ಮರುತ್ತರವೂ ಬರದೇ ಇದ್ದ ಕಾರಣ ಬಾಗಿಲನ್ನು ಮತ್ತೆ ಬಡಿದು ಸ್ವಲ್ಪ ಶಕ್ತಿ ಕೊಟ್ಟು ದೂಡಲು ಬಾಗಿಲು ತೆರೆಯಿತು. ಅಂಧಕಾರವಲ್ಲದೆ ಒಳಗೆ ಏನೂ ಕಾಣಿಸಲಿಲ್ಲ ಈ ಬಾರಿ ಅವಳಿಗೆ. ದೂರದಲ್ಲಿ ಅಲ್ಲಲ್ಲಿ ಹೊಳೆದು ಹೋಗುತ್ತಿದ್ದ ಬೆಳಕಿನ ಗೆರೆಗಳು ಕಾಣುತ್ತಿದ್ದವು. ಆಕಾಶವೇ ಭುವಿಯಲ್ಲಿದ್ದ ಹಾಗೆ ಅನಿಸಿತು ಅವಳಿಗೆ. ಬಾಗಿಲ ಹೊಸ್ತಿಲ ಬಳಿ ಕುಳಿತು ಬಗ್ಗಿ ನೋಡಿದಳು. ಮತ್ತದೇ ಮಾಯಿಯ ಜಗತ್ತನ್ನು ಕಂಡ ಅನುಭವ ಅವಳಿಗಾಯಿತು. ಇದೇನಿದು ಈ ರೀತಿಯ ಮಾಯೆ ಎಂದುಕೊಳ್ಳುತ್ತಾ ಬಲಗೈಯನ್ನು ಹೊಸ್ತಿಲಿನಿಂದ ತೆಗೆದು ಬಾಗಿಲ ಒಳಗೆ ಇಡಲು ಯಾರೋ ಅವಳ ಕೈ ಹಿಡಿದು ಆ ಅಂಧಕಾರದೊಳಗೆ ಎಳೆದರು.

"Noooooooo...", ಎಂಬ ನಕ್ಷತ್ರಾಳ ಕೂಗು ಆ ಮನೆಯನ್ನು ಆವರಿಸಿದ್ದ ಕಾಂಪೊಂಡಿನವರೆಗೂ ಮುಟ್ಟಿತು.

ಬಾಗಿಲು "ಧಡ್..." ಎಂದು ಮುಚ್ಚಿತು. ಹೊಸ್ತಿಲ ಹೊರಗೆ ಅವಳಿರಲಿಲ್ಲ, ಅವಳ ಬ್ಯಾಗ್ ಮಾತ್ರ ಅನಾಥವಾಗಿ ಬಿದ್ದಿತ್ತು.

ಮುಕ್ತಾಯ!...

ಕೃತಜ್ಞತೆಗಳು

ಸಮಯ ಎಂಬುದು ಅತ್ಯಮೂಲ್ಯ, ಅದು ಎಂದಿಗೂ ತಿರುಗಿ ಬರಲಾರದ್ದು. ಈ ಸಮಯವನ್ನು ಉಡುಗೊರೆಯಾಗಿ ನೀಡಿದ ನನ್ನ ಅಚ್ಚುಮೆಚ್ಚಿನವರೆಲ್ಲರಿಗೂ ಮೊದಲನೆಯದಾಗಿ ನನ್ನ ಅಂತರಾಳದ ಕೃತಜ್ಞತೆಗಳು.

ಹುಟ್ಟಿಸಿ, ಬೆಳೆಸಿ, ಕಲಿಸಿ, ನಡೆಸಿದ ಅಪ್ಪ (ವನ್ಸ್ ರಾಜ್) – ಅಮ್ಮ (ಗಿರಿಜಾ) ಮತ್ತು ಜಗಳವಾಡುತ್ತಲೇ ಪ್ರೀತಿಸಿದ ತಮ್ಮ (ರಾಹುಲ್) ನಿಗೆ, ಬರೆದು ಕಳುಹಿಸಿದ ಕವಿತೆ ಮತ್ತು ಕಥೆಗಳನ್ನು ಓದಿ ಪ್ರೋತ್ಸಾಹಿಸಿದ family, cousins ಮತ್ತು friends ಗೆ, ನನ್ನ ಮನದಾಳದ ಕೃತಜ್ಞತೆಗಳು.

ಈ ಕಥೆಯನ್ನು ಪುಸ್ತಕದ ರೂಪದಲ್ಲಿ ಪ್ರಕಟಿಸಲೇಬೇಕೆಂದು ಹಠ ಹಿಡಿದ ಗೆಳೆಯ ಮಂಜುನಾಥ್ ಗೆ, ಬರೆದುದ್ದನ್ನು ಹಲವು ಬಾರಿ ಬೇಸರವಿಲ್ಲದೆ ಓದಿ, ತಪ್ಪು ಕಂಡುಹಿಡಿದು ಪ್ರಕಟಿಸಲುಯೋಗ್ಯವಾದ ಕಥೆಯನ್ನಾಗಿ ಮಾಡಿದ ಅಂಬಿಕಾ (ದೊಡ್ಡಮ್ಮ), ಪ್ರಭಾಕರನ್ (ದೊಡ್ಡಪ್ಪ), ಅಶ್ವಿನಿ (ಅಕ್ಕ), ಮಂಜು (ಗೆಳೆಯ), ಕೀರ್ತನಾ (ಗೆಳತಿ) ಗೆ, ನನ್ನ ಕಲ್ಪನೆಗಳಿಗೆ ಅನುಸಾರವಾಗಿ ಪುಸ್ತಕದ ಮುಖಪುಟ ವಿನ್ಯಾಸ ಹಾಗೂ ಒಳಗಿರುವ ಚಿತ್ರಗಳನ್ನು ರಚಿಸಿ ಕೊಟ್ಟ ರೋಹಿಣಿ (ಅಕ್ಕ) ಗೆ, ಈ ಕಥೆ ಬರೆಯುವಾಗ ಜೊತೆಗಿದ್ದು, ವಿಮರ್ಶೆ ಮಾಡುತ್ತಾ, ಎಲ್ಲಾ ಸಮಯದಲ್ಲೂ ಬೆನ್ನೆಲುಬಾಗಿ ನಿಂತು ಪ್ರತ್ಸಾಹಿಸಿದ ಬಿಬಿನ್ (ಪತಿ) ಗೆ, ನನ್ನ ಎದೆಯಾಳದ ಕೃತಜ್ಞತೆಗಳು.

ಎಲ್ಲೋ, ಹೇಗೋ, ಹಲವು ಕಾರಣಗಳಿಂದ, ಹಲವು ಸನ್ನಿವೇಶಗಳಲ್ಲಿ ಸಂಧಿಸಿ, ಒಂದಲ್ಲಾ ಒಂದು ರೀತಿಯಲ್ಲಿ ಪ್ರೇರೇಪಿಸಿದ ಎಲ್ಲರಿಗೂ ನನ್ನ ಹೃತ್ಪೂರ್ವಕ ಕೃತಜ್ಞತೆಗಳು.